शेतकऱ्याचा असूड

हे लहानसे पुस्तक

जोतीराव गोविंदराव फुले

यांनी

शूद्र शेतकऱ्यांचे बचावाकरिता केले आहे

—०—

CULTIVATOR'S WHIP-CORD

by

JOTIRAO GOVINDRAO PHULEY

for the defence

of Shudra (Dasya) Community

—o—

For the Kind Consideration

of

His Excellency the Right Hon'ble Sir Frederick Temple Hamilton Temple Blackwood, Earl of Dufferin, K.P., G.C.B., G.C.M.G., F.R.S.D.C.I., Viceroy and Governor General of India.

—o—

अनुक्रमणिका

शेतकर्‍याचा असूड

हे पुस्तक कलकत्त्याच्या राष्ट्रीय ग्रंथालयातील श्री. यादवराव मुळे आणि श्री. श्री. बा. जोशी यांच्या सहकार्यामुळे डॉ. स. गं. मालशे यांना उपलब्ध झाले आणि त्यांनी ते महात्मा फुले समग्र वाङ;मयात समाविष्ट केले.

या पुस्तकाचे लेखन १८ जुलै, १८८३ रोजी पुरे झाल्याचे फुल्यांनी पुस्तकाच्या अखेरीस म्हटले असले तरी त्याचे प्रकाशन ताबडतोब होऊ शकले नाही. २ जून, १८८६ रोजी नारायण महादेव उर्फ मामा परमानंदांना लिहिलेल्या खाजगी पत्रात जोतीरावांनी म्हटले होते "असूड या नावाचे तीन वर्षांपूर्वी एक पुस्तक तयार केले", "आम्हा शुद्रांत भेकड छापखानेवाले असल्यामुळे ते पुस्तक छापून काढण्याचे काम तूर्त एका बाजूला ठेविले आहे." (पहा : पु. बा. कुलकर्णी : **मामा परमानंद आणि त्यांचा कालखंड** : १९६३, पृ. २६३).

"शेतकर्‍याचा असूड" पुस्तकाचे लेखनही सलग झालेले दिसत नाही. जसजसे पुस्तकाचे भाग लिहून होत होते तसतसे जोतीराव त्यांचे जाहीर वाचन करीत होते. १८७८ साली फुले मामा परमानंदांना मुंबईत भेटले तेव्हा "असूड" लिहिण्याचा आपला विचार असल्याचे त्यांनी परमानंदांना सांगितले होते. पुस्तकाचा ४ था भाग १८८३ च्या एप्रिल महिन्यात मुंबई शहरात वाचला अशी जोतीरावांनी एका तळटिपेत नोंद केली आहे. याखेरीज पुणे, ठाणे, जुन्नर, ओतूर, हडपसर, वंगणी, माळ्याचे कुरुल या गावीही त्यांनी या ग्रंथाचे वाचन केले होते. बडोद्याचे महाराज सयाजीराव गायकवाड यांच्यासमोर फुल्यांनी जेव्हा या ग्रंथाचे वाचन केले तेव्हा त्यांनी ते लक्षपूर्वक ऐकून त्यांचा आदरसत्कार केला होता. या पुस्तकाच्या हस्तलिखिताची एकेक प्रत हिंदुस्थानचे गव्हर्नर जनरल तसेच मुंबईचे गव्हर्नर यांनाही पाठवली होती.

"शेतकऱ्याचा असूड" चे पहिले दोन भाग नारायण मेघाजी लोखंड्यांनी "दीनबंधू" पत्रांत छापले होते. पण पुढचे भाग छापण्यास त्यांनी नकार दिला. त्यामुळे संतापलेल्या फुल्यांनी लोखंड्याना "भेकड छापखानेवाले" म्हटले आहे. तसेच "हे येथील लाल अथवा हिरव्या बागेतील उपदेश करणाऱ्या शूद्र टीकोजीस माहीत कसे नाही?" हा चौथ्या भागातील एका तळटिपेत विचारलेला सवालही लोखंड्यांना उद्देशूनच केलेला दिसतो. लोखंडे मुंबईत लालबागेत राहात असत. चौथ्या भागातील दुसऱ्या एका तळटिपेत "वर्तमानपत्राद्वारे निंदा" करण्याबाबतचा जो उल्लेख आढळतो तोही लोखंड्यांचाच आहे.

फुल्यांच्या निधनानंतर १८९३ साली त्यांचे निकटचे सहकारी लोखंडे व कृ. पां. भालेकर यांच्यामध्ये वाद सुरू झाला. तेव्हा "शेतकऱ्याचा कैवारी" या पत्रात भालेकरांनी २८ ऑक्टोबर, १८८३ च्या दीनबंधूच्या संपादकीयातील काही मजकूर उदधृत केला होता. त्यात लोखंड्यांनी म्हटले होते, "मे. जोतीराव यांनी मोठी मेहनत घेऊन जे शेतकऱ्यांचे उन्नतीस्तव प्रकरण तयार केले आहे ते वाजवीपेक्षा फाजील झाल्याकारणाने लाभाऐवजी तोटा होण्याचा विशेष संभव आहे. ह्या निबंधाचे जे दोन भाग आमच्या पत्रात पूर्वी प्रसिद्ध होऊन गेले त्यांचे आणि ह्या तीन भागांचे लक्षपूर्वक अवलोकन केल्याने त्वरित दिसून येईल की, हे तीन भाग फारच कडक रीतीने लिहिले गेले असून ह्यापासून (लायबल) अब्रू घेतल्याचा खटला सहज उत्पन्न होणारा आहे असे आम्हांस खास वाटते. ईश्वरकृपेने हे तीन भाग आमचे पत्रात न येण्याविषयी ज्या आडकाठ्या आल्या त्या उत्तमच होत व त्याबद्दल जगदीशाचे आम्ही आभार मानतो."

अनुक्रमणिका

उपोदघात

प्रकरण १ ले: सरकारी सर्वं खात्यांत ब्राह्मण कामगारांचे प्राबल्य असल्यामुळे, त्यांचे स्वजातीय स्वार्थी भटब्राह्मण आपल्या मतलबी धर्माच्या मिषानें अज्ञानी शेतकर्‍यास इतके नाडितात की, त्यांस आपली लहान चिटकुली मुले शाळेत पाठविण्याची साधने राहात नाहीत व एखाद्यास तसे साधन असल्यास त्यांच्या दुरुपदेशाने तशी इच्छा होत नाही.

प्रकरण २ रे: सरकारी गोरे अधिकारी हे बहुतकरून ऐषआरामांत गुंग असल्यामुळे त्यांस शेतकर्‍याचे वास्तविक स्थितीबद्दल माहिती करून घेण्यापुरती सवड होत नाही व या त्यांच्या गाफिलपणाने एकंदर सर्व सरकारी खात्यांत ब्राह्मण कामगारांचे प्राबल्य असते, या दोन्हीं कारणांमुळे शेतकरी लोक इतके लुटले जातात की, त्यांस पोटभर भाकर व अंगभर वस्त्रही मिळत नाही.

प्रकरण ३ रे: आर्य ब्राह्मण इराणातून कसे आले व शूद्र शेतकरी यांची पूर्व-पीठिका व हल्लींचे आमचे सरकार एकंदर सर्व आपले कामगारांस मन मानेल तसे पगार व पेनशने देण्याचे इराद्याने नानाप्रकारचे नित्य नवे कर शेतकर्‍यांचे बोडक्यावर बसवून त्यांचे द्रव्य मोठ्या हिकमतीने गोळा करू लागल्यामुळे शेतकरी अट्टल कर्जबाजारी झाले आहेत.

प्रकरण ४ थें: शेतकर्‍यांसहित शेतकीची हल्लीची स्थिती.

प्रकरण ५ वें: आम्हा शूद्र शेतकर्‍यांसंबंधी भटब्राह्मणांस सूचना व सांप्रत सरकारने कोणकोणते उपाय योजावेत.

हा आसूड लिहितेवेळी कित्येक गृहस्थांचे व माझे यासंबंधी बोलणे झाले, त्यापैंकी नमुन्याकरिता दोन मासले दिले आहेत–

खासा मराठा म्हणविणारा

कबीरपंथी शूद्र साधू

उपोदघात

विद्येविना मति गेली, मतीविना नीति गेली, नीतीविना गति गेली ! गतीविना वित्त गेले, वित्ताविना शूद्र खचले, इतके अनर्थ एका अविद्येने केले.

उद्देश, **शूद्र** शेतकरी हल्ली इतक्या दैन्यवाण्या स्थितीस येऊन पोहोचण्याची धर्म व राज्यसंबंधी अनेक कारणे आहेत, त्यांपैकी थोड्या बहुतांचे विवेचन करण्याच्या हेतूनें हा पुढील ग्रंथ रचिला आहे. शूद्र शेतकरी बनावट व जुलमी धर्माचे योगाने एकंदर सर्व सरकारी खात्यांनीं ब्राह्मण कामगारांचें प्राबल्य असल्याने भटभिक्षुकांकडून व सरकारी युरोपियन कामगार ऎषाआरामी असल्याचे योगाने, ब्राह्मण काकगारांकडून नाडले जातात. त्यांपासून त्यांस या ग्रंथावलोकनाचे योगानें आपला बचाव करिता यावा असा हेतू आहे, म्हणून ह्या ग्रंथास “शेतकर्‍याचा असूड” असे नांव दिले आहे.

वाचकहो, सांप्रत शेतकरी म्हटले म्हणजे त्यामध्ये तीन भेद आहेत. शुद्ध शेतकरी अथवा कुणबी, माळी व धनगर. आता हे तीन भेद होण्याचीं कारणें पाहिलीं असतां, मूळचे जे लोक शुद्ध शेतकीवर आपला निर्वाह करूं लागले, ते कुळवाडी अथवा कुणबी, जे लोक आपले शेतकीचें काम सांभाळून बागाइती करूं लागले, ते माळी व जे हीं दोन्हीही करून मेंढरें, बकरीं वगैरेचे कळप बाळगूं लागले, ते धनगर. असे निरनिराळ्या कामांवरून प्रथम हे भेद उपस्थित झाले असावेत.(शूद्रांचे कुलस्वामी जेजुरीचे खंडेराव यांनी शूद्र (कुणबी) कुळांतील म्हाळसाई व धनगरांतील बानाबाई अशा दोन जातींतील दोन स्त्रिया केल्या होत्या, यावरून पूर्वी कुळवाडी व धनगर यांचा आपसांत बेटीव्यवहार होत असे). परंतु आतां या तीन पृथक जातीच मानतात. याचा सांप्रत आपसांत फक्त बेटीव्यवहार मात्र होत नाहीं. बाकी अन्नव्यवहारादि सर्व कांहीं होतें. यावरून हे (कुणबी, माळी व धनगर) पूर्वी एकाच शूद्र शेतकरी जातीचे असावेत. आतां पुढें

या तिन्ही जातीतले लोक आपला मूळचा शेतकीचा धंदा निरुपायानें सोडून उदरनिर्वाहास्तव नानातर्हेचे धंदे करूं लागले. ज्यांजवळ थोडेंबहुत अवसान आहे ते आपली शेती संभाळून रहातात व बहुतेक अक्षरशून्य देवभोळे, उघडे नागडे व भुकेकंगाल जरी आहेत तथापि शेतकरीच कायम आहेत व ज्यांस बिलकुल थारा उरला नाहीं, ते देश सोडून जिकडे जिकडे चरितार्थ चालला तिकडे तिकडे जाऊन कोणी गवताचा व्यापार करूं लागले, कोणी लाकडांचा व कोणी कापडाचा. तसेंच कोणी कंत्राटें व कोणी रायटरीची वगैरे नोकर्या करून शेवटीं पेनशनें घेऊन डौल मारीत असतात. अशा रीतीनें पैसा मिळवून इस्टेटी करून ठेवितात, परंतु त्यांच्या पाठीमागें गुलहौशी मुलें, ज्यांस विद्येची गोडीच नाहीं अशीं, त्यांची थोड्याच काळांत बाबूके भाई दरवेशी होऊन वडिलांचे नांवानें पोटासाठी दोम दोम करीत फिरतात. कित्येकांच्या पूर्वजांनी शिपायगिरीच्या व शहाणपणाच्या जोरावर जहागिरी, इनामें वगैरे कमाविलीं व कित्येक तर शिंदे-होळकरांसारखे प्रतिराजेच बनून गेले होते. परंतु हल्ली त्यांचे वंशज अज्ञानी अक्षरशून्य असल्यामुळें आपआपल्या जहागिरी, इनामें गहाण टाकून अथवा खरेदी देऊन हल्लीं कर्जबाजारी होत्साते कित्येक तर अन्नासही मोताद झाले आहेत. बहुतेक इनामदार जहागीरदारांस आपल्या पूर्वजांनी काय काय पराक्रम केले, कसकशीं संकटें भोगिलीं याची कल्पना मनांत न येतां, ते ऐत्या पिठावर रेघा ओढून अशिक्षित असल्यामुळें दुष्ट व लुच्चे लोकांचे संगतीनें रात्रंदिवस ऐषआरामांत व व्यसनांत गुंग होऊन, ज्यांच्या जहागिरी गहाण पडल्या नाहींत, अथवा ज्यांस कर्जाने व्याप्त केले नाही, असे विरळाच. आतां जे संस्थानिक आहेत त्यांस जरी कर्जवाम नाहीं, तरी त्यांचे आसपासचे लोक व ब्राह्मण कारभारी इतके मतलबी, धूर्त धोरणी असतात की, ते आमच्या राजेरजवाड्यांस विद्येची व सदगुणांची अभिरुचि लागूं देत नाहींत. यामुळे आपल्या खर्या वैभवाचें स्वरूप न ओळखून, आपल्या पूर्वजांनी केवळ आमच्या चैनीकरितांच राज्य संपादन केले असे मानून धर्माचे योगानें अंध जहालेले, राज्यकारभार स्वतंत्र रीतीने पाहण्याचे आंगीं सामर्थ्य नसल्यामुळें केवळ दैवावर भार टाकून ब्राह्मण कारभार्यांच्या ओंझळीनें

पाणी पिऊन दिवसा गोप्रदानें व रात्री प्रजोत्पादन करीत स्वस्थ बसतात. अशा राजेरजवाड्यांच्या हातून आपल्या शूद्र जातबांधवांचें कल्याण होण्याचा संभव विशेष, परंतु त्यांच्या मनांत जो विचार कधीही आला नाहीं व जोंपर्यंत “ब्राह्मणो मम दैवतं” हें वेड त्यांच्या डोक्यांतून निघाले नाही, तोंपर्यंत कितीही कपाळकूट केली तरी ती व्यर्थच जाणार व इतकेंही करून तसें करण्यास कोणी प्रवृत्त झाल्यास बाळपणापासून मनावर जाहलेल्या दृढ संस्कारामुळें या मतलबी धर्मांचे विरुद्ध चार गोष्टी ऐकून त्यांचा विचार करणें त्यांस कोळून रुचणार? व जवळचे कारभारी अगोदर अशा निस्पृह व खऱ्या जात्याभिमान्याची डाळच शिजूं देणार नाहींत, तशांतून धैर्य धरून एकाद्यानें मला तशी सवड दिल्यास मोठ्या आनंदानें मी यथामति आपले विचार त्यांचेंपुढें सादर करीन.

असो, जगांतील एकंदर सर्व देशांचे इतिहास एकमेकांशी ताडून पहातां, हिंदुस्थानातील अज्ञानी व देवभोळ्या शूद्र शेतकऱ्यांची स्थिती मात्र इतर देशांतील शेतकऱ्यांपेक्षां निकृष्ट अवस्थस पात्र होऊन केवळ पशूपलीकडचे मजलशीस जाऊन पोंहचली, असें दिसून येईल.

हा ग्रंथ अनेक इंग्लिश, संस्कृत व प्राकृत ग्रंथ व हल्लीचे अज्ञानी शूद्रादी अतिशूद्रांच्या दीनवाण्या स्थितीवरून रचिला आहे, हे सांगण्यास नको. असें सहाय्य घडल्यावांचून याची रचना करतां आली नसती हें उघडच आहे.

या ग्रंथांत जे कांही मीं माझ्या अल्प समजुतीने शोध लिहिले आहेत, त्यांत आमच्या विद्वान व सूज्ञ वाचणारांच्या ध्यानांत जीं जीं व्यंगें दिसून येतील, त्यांविषयीं मला क्षमा करून गुणलेशांचा स्वीकार करावा, अशी त्यांस माझी विनंती आहे. आणि जरकरिता त्यांच्या अवलोकनात कोणताही भाग अयोग्य अथवा खोटासा दिसेल तर किंवा या ग्रंथाच्या दृढीकरणार्थ जर त्यांस कांही (ग्रंथाधार वगैरे) सुचविणे असेल, तर त्याविषयी त्यांनीं वर्तमानपत्राद्वारे आम्हास

कळवावे. म्हणजे कृतज्ञतापूर्वक अभार मानून दुसऱ्या आवृत्तीचे वेळीं त्यांचा योग्य विचार करूं.

श्रीमंत सरकार गायकवाड सेनाखासखेल समशेर बहादूर सयाजीराव महाराज यांनी मी बडोद्यास गेलों होतों त्यावेळीं आपल्या सर्व राजकीय कामांतील अमोल्य वेळांत काटकसर करून अप्ररिम उल्हासाने व सप्रेम भावानें मजकडून हा ग्रंथ वाचवून साग्र लक्षपूर्वक ऐकिला व श्रीमन्महाराजांनी आपल्या औदार्याप्रमाणें मला द्रव्यद्वारे मदत करून माझा यथासांग अत्युत्तम आदरसत्कार केला, त्याबद्दल मी त्यांचा फार फार ऋणी आहे.

पुणे, मुंबई, ठाणे, जुन्नर, ओतूर, हाडपसर, वंगणी, माळ्याचे कुरुल वगैरे येथील शुद्र गृहस्थांनीं कित्येक वेळां हा ग्रंथ माझ्या तोंडून ऐकला व या ग्रंथांत लिहिलेला मजकूर खरा आहे अशाविषयीं त्यांनीं आपल्या सह्या मजकडे पाठविल्या आहेत.

प्रकरण १ ले

सरकारी सर्व खात्यांनीं ब्राह्मण कामगारांचें प्राबल्य असल्यामुळें त्यांचे स्वजातीय स्वार्थी भटब्राह्मण आपले मतलबी धर्माचे मिषानें अज्ञानी शेतकऱ्यांस इतकें नाडितात कीं, त्यांस आपली लहान चिटकुलीं मुलें शाळेंत पाठविण्याचीं साधनें रहात नाहींत व एकाद्यास तसें साधन असल्यास यांच्या दुरूपदेशानें तशी इच्छा होत नाहीं.

आतां पहिले प्रकारचे अक्षरशून्य शेतकऱ्यांस भटब्राह्मण धर्ममिषानें इतकें नाडितात कीं, त्यांजविषयीं या जगांत दुसरा कोठें या मासल्याचा पडोसा सांपडणें फार कठीण. पूर्वीच्या धूर्त आर्यब्राह्मण ग्रंथकारांनीं आपले मतलबी धर्माचें लिगाड शेतकऱ्यांचे मागें इतकें सफाईनें लावलें आहे की, शेतकरी जन्मास येण्याचे पूर्वीच त्याचे आईस ज्या वेळेस ऋतु प्राप्त होतो, तेव्हां तिच्या गर्भाधानादि संस्कारापासून तो हा मरेपर्यंत कित्येक गोष्टींनीं लुटला जातो, इतकेंच नव्हे तर हा मेला तरी याच्या मुलास श्राद्धें वगैरेच्या मिषानें धर्माचें ओझे सोसावें लागतें. कारण शेतकऱ्यांचें स्त्रियांस ऋतु प्राप्त होतांच भटब्राह्मण जपानुष्ठान व तत्संबंधीं ब्राह्मणभोजनाचे निमित्तानें त्यांजपासून द्रव्य हरण करितात व सदरचीं, ब्राह्मणभोजनें घेतेवेळीं भटब्राह्मण आपले आप्तसोयरे व इष्टमित्रांसह तूपपोळ्यांची व दक्षिणेची इतकी धांदल उडवितात कीं, त्यांच्या उरल्या सुरल्या अन्नापैकीं त्या बिचाऱ्या अज्ञान शेतकऱ्यांस पोटभर आमटीपोळी मिळण्याची सुद्धां मारामार पडते. ऋतुशांतीनिमित्तानें भटब्राह्मणांची उदरशांती होऊन त्यांचे हातावर दक्षिणा पडतांच ते शेतकऱ्यास आशिर्वाद दिल्यानंतर त्यास त्यांचे स्त्रियांनीं शनिवार अथवा चतुर्थीचीं व्रतें धरावी म्हणोन उपदेश करून घरोघर चालते होतात. पुढें भटब्राह्मण दर शनिवारीं व चतुर्थीस शेतकऱ्यांचे स्त्रियांकडून रुईचे पानांच्या माळा मारुतीचे गळ्यांत घालवून व गवताच्या जुड्या गणपतीचे माथ्यावर रचून शिधेदक्षिणा आपण घेतात व पुढें कधीं कधीं संधान साधल्यास

सदरची व्रतें उजविण्याचीं थाप देऊन शेतकऱ्यांपासून लहानमोठी ब्राह्मणभोजनें घेतात. इतक्यांत शेतकरणी बाया सृष्टिक्रमाप्रमाणें गरोदर झाल्यास, भटब्राह्मणांनी शेतकऱ्यांकडून मुंज्यांचे ब्राह्मण घालविण्याचे लटके पूर्वी केलेले नवस शेतकऱ्यांशीं सहज बोलतां बोलतां बाहेर काढावयाचे व शेतकऱ्यांच्या स्त्रिया प्रसूत होण्याच्या पूर्वी भटजीबुवा शेतकऱ्यांचे घरीं रात्रंदिवस खड्या (फेऱ्या) घालितात व त्यांच्याशीं मोठीं लाडीगोडी लावून त्यांच्याशीं यजमानपणाचीं नातीं लाऊन त्यांजपासून त्या नवसांची फेड करून घेतात. पुढें शेतकऱ्यांचे स्त्रियांस पुत्र झाले कीं, भटब्राह्मणांची धनरेषा उपटते. ती अशी कीं, प्रथम मुख्य उपाध्ये शेतकऱ्यांचे घरीं जातात व त्यांचे घरांतील वाव व कासऱ्यांनीं वेळ मोजणाऱ्या अज्ञानी स्त्रियांस मुलांचे जन्मकाळ विचारून, ज्या ज्या राशीस जास्त अनिष्ट ग्रह जुळत असतील, तसल्या राशी मुकरर करून त्यांच्या अर्भकांच्या जन्मपत्रिका अशा रीतीनें तयार करितात कीं, अज्ञानी शेतकऱ्यांचे पुत्रजन्मानें जहालेल्या सर्व आनंदांत माती कालवून त्यास घाबरे करितात व दुसरे दिवशीं त्याजकडून पिंडींतील लिंगापुढें आपले भाऊबंद, सोयरेधायरे व इष्टमित्रांपैकीं भटब्राह्मणास मोलानें जपानुष्ठानास बसवितात व त्यांपैकीं कोणांस शेतकऱ्यापासून उपोषणाचे निमित्तानें फलाहारापुरते पैसे देववितात. उन्हाळा असल्यास पंखे देववितात, पावसाळा असल्यास हात चालल्यास तो शेतकऱ्यापासून पुजेच्या निमित्तानें तेल, तांदूळ, नारळ, खारका, सुपाऱ्या, तूप, साखर, फळफळावळ वगैरे पदार्थ उपटावयास कमी करीत नाहींत,. शेतकऱ्यांचे मनावर मूर्तिपूजेचा जास्ती प्रेमभाव ठसावा म्हणून काहीं भट तपानुष्ठान संपेपावेतों आपल्या दाढयाडोया वाढवितात, कांहीं फलाहारावर राहतात. अशा नानाप्रकारच्या लोणकढया थापा देवून जपानुष्ठान संमेपावेतों भटब्राह्मण, शेतकऱ्यांचें बरेंच द्रव्य उपटतात. शेवटीं समाप्ति करवितेवेळीं भटब्राह्मण अज्ञान शेतकऱ्यापासून ब्राह्मणभोजनासहित यथासांग दक्षिणा घेण्याविषयीं कसकशी चंगळ उडवितात हें सर्व आपणांस माहीत असेलच.

आर्य भटब्राह्मण आपल्या संस्कृत विद्यालयांत शूद्र (Sir William Jones, Vol. IV, page 111.) शेतकर्यांचे मुलास घेत नाहींत परंतु ते आपल्या प्राकृत मराठी शाळांत कामापुरती शूद्र शेतकर्यांचीं मुलें घेतात व त्यांजपासून दरमहाचे पगाराशिवाय दर अमावस्येस व पौर्णिमेस फसक्या, कित्येक सणांस शिधा, दक्षिणा व मुलांनीं शाळेंत खाण्याकरितां आणिलेल्या चबिन्यामधून चौथाई घेऊन त्यांस धुळाक्षर, अंकगणित, मोडी कागदवाचन, भाकडपुराणसंबंधीं प्राकृत श्लोक व भूपाळ्या शिकवून त्यांस कलगी अथवा तुर्याच्या पक्षाच्या लावण्या शिकून तत्संबंधीं झगडे घालण्यापुरते विद्वान करून सोडितात. त्यांस आपल्या घरची हिशेबाची टांचणें ठेवण्यापुरतेंदेखील ज्ञान देत नाहींत. मग त्यांचा मामलेदार कचेर्यांत प्रवेश होऊन कारकुनीचें काम करणें कठीणच.

शेतकर्यांचे मुलाच्या मागणीच्या वेळीं ब्राह्मण जोशी हातांत पंचांगें घेऊन त्यांचे घरीं जातात. व आपल्यापुढें राशीचक्रें मांडून त्यांस मुलीमुलांचीं नांवें विचारून मनांत स्वहित संकल्प धरून मोठ्या डौलानें आंगठ्यांचीं अग्रें बोटांचे कांड्यावर नाचवून भलता एकादा अनिष्ट ग्रह त्यांचे राशीला जुळवून, त्या ग्रहाचे शमनार्थ जपानुष्ठानाच्या स्थापनेकरितां व त्यांचे सांगतेकरितां कांहीं द्रव्य शेतकर्यापासून घेतात. नंतर शेतकर्यांच्या मुलाचा तिथिनिश्चय करतेवेळीं नवरीचे घरीं वस्त्राचे चौघडीवर तांदुळाचे रांगोळ्यांनीं चौकोनी चौक तयार करून त्यावर मुलीच्या व मुलाच्या पित्यास बसवून त्यांचेपुढें खोबरें, खारका व हळकुंडाचे लहान लहान ढीग मांडतात, हळदकुंकू व अक्षता मागवून मुलीचें व मुलाचें वय, वर्ण, गुण वगैरे यांचा काडीमात्र विचार न करितां कामापुरत्या सुपार्यांत गणपतीची प्राणप्रतिष्ठ करून समर्पयामीचे धांदलींत शेतकर्यापासून सण्यांनीं पैसे उपटून कागदाचे चिठोर्यावर नेमलेल्या तिथीचें टिप्पण करितात व त्यावर हळदकुंकाचे माखण करून ते उभयतांचे हातीं देतात. नंतर तेथील सामानपैशासहित चौकाचे तांदूळ आपले पदरीं आवळून गणपतीसही घरीं फोडून खाण्याकरितां कडोसरीस लावून निघून जातात. लग्नाचे पूर्वी मारुतीचे देवळांत

वधूकडील पोषाक नवरेमुलास देतेवेळीं भटब्राह्मण आणा दोन आणे कडोसरीस लावून पानविडे पागोट्यांत खोवतात. नंतर वधूचे मांडवांत नवरा मुलगा गेल्यानंतर बोहल्यासमोर त्या उभयतांस उभे राहण्याकरितां पायपाट्यामध्यें थोडेथोडे गहूं भरवून त्यावर समोरासमोर उभे करितात. पुढें वधूवरांचे मामाचे हातीं नागव्या तरवारी देऊन त्यास पाठीराखे करितात. व तेथें जमलेल्या मंडळीपैकीं भलत्या कोणाचीं तरी अंगवस्त्रे घेऊन त्यावर हळदकुंकाचे आडवे तिडवे पट्टे ओढून त्या वधूवरांमध्यें अंतरपाट धरून पाळीपाळीनें कोणी कल्याण रागांत व कोणी भैरवी रागांत श्लोक व आर्यासहित शुभमंगल म्हणून ते अज्ञानी शेतकर्‍यांचे मुलाबाळांचीं लग्नें लावतात. कित्येक सधन माळ्या कुणब्यांचे लग्नांत त्यांचे भाऊबंद, सोयरेधायरे व वर्‍हाडी यांची पर्वा न करतां, अगांतुक ब्राह्मण दक्षिणेसाठी मांडीवर शालजोड्या घेऊन मोठ्या झोकानें लोडाशीं टेकून बसून मांडवांत इतकी धांदल करितात कीं, वधूवरांच्या बापांनीं आमंत्रण करून आणलेल्या गृहस्थांचें आगतस्वागत करून त्यांस पनविडे देण्याची पुरती फुरसद होऊं देत नाहींत. असले नि:संग दांडगे भिकारी दुसर्‍या एखाद्या देशांत अथवा जातींत सांपडतील काय? इतक्यांत लग्न लावणारे भटजी वधूवरांस खालीं समोरासमोर बसवून त्यांचेपुढें नानाप्रकारचे विधि करितांना, वेळोवेळीं “दक्षिणां समर्पयामि” म्हणतां म्हणतां शेवटीं थोड्याशा काडवासुड्या गोळा करून त्यांस अग्नि लावून त्यांत तूप वगैरे पदार्थ टाकून वधुवरांस लज्जाहोमाच्या निमित्तानें चरचरीत धूर्‍या देऊन त्यांचे अज्ञानी पित्यांपासून अखेरचे भले मोठे शिधे व दक्षिणा घेऊन घरीं जातात. साड्याचे दिवशीं एकदोन हेकड शेतकर्‍यांस हातीं धरून वधुवरांचे पित्यापासून मन मानेल तशा रकमा आडवून घेतात व त्याचप्रमाणें मांडव खंडण्याबद्दल द्रव्य त्याजपासून उपटितात. त्यांतून कित्येक सधन शेतकर्‍यांस कर्ण वगैरे दानशूरांच्या उपमा देऊन त्याचेपुढें नानाप्रकारचे गोंडचाळे करून त्यांस इतके पेटवतात कीं, लग्नाचे अखेरीस त्यांचे घरीं मोठमोठ्या सभा करून त्यांत एकंदर वैदिक, शास्त्री, पुराणिक, कथेकरी व भिक्षुक भटब्राह्मणांची वर्गावर्गी न करितां त्यांजपासून दक्षिणा उपटून आपआपले

घरीं जातां जातां त्यांजपैकीं कित्येक गुलहौशी भटब्राह्मण रात्रीं मांडवांत नाच असल्याविषयीं तपास ठेवून डोचक्यावर पिटकुल्या पागुट्या व मांडीवर चिटकुल्या शालजोड्या ठेवून, आमंत्रण करून आणलेल्या गृहस्थांचे मांडीशी मांडी भिडवून, लोडाशीं टेकून सर्व रात्रभर नाकाच्या जोडनळ्यांत तपकिरीचे वायबार ठासतां ठासतां आसपास तपकिरीचा धूरळा खुशाल नायकिणींची गाणीं ऐकत बसतात.

पुढें शेतकरी लोक वयपरत्वें मरण पावतांच त्यांचीं मुलें संसार करूं लागल्यापासून त्यांचे मरणकाळपावेतों त्यांस भटब्राह्मण धर्माचे भुलथापीनें कसें व किती नागवितात, त्याबद्दल एथें थोडासा खुलासा करितों.

शेतकऱ्यांचीं मुलें आपलीं नवीं घरें बांधतेवेळीं शूद्र बिगारी भर उन्हाचे तापांत उरापोटावर मलमा वगैरेचीं टोपलीं वहातात. गवंडी व सुतार उंच गगनचुंबित पहाडावर माकडाचे परी चढून भिंती रचून, लाकडांच्या कळाशा जोडून घरें तयार करितात. यामुळें त्यांची दया येऊन त्या बापुड्या कामगारांस गृहप्रवेश करतेवेळीं तूपपोळ्यांची जेवणें देऊं, म्हणून घराचे मालक कबूल करीत असतात व तीं जेवणें शेतकरीकामगारांस देण्यापूर्वी भटब्राह्मण शेतकऱ्यांचे घरोघर रात्रंदिवस घिरट्या घालून त्यास नानाप्रकारच्या धर्मसंबंधीं भुलथापा देऊन, कित्येक ब्राह्मण अंमलदारांच्या आललटप्पू शिफारशी भिडवून, त्यांच्या नव्या घरांत होमविधी करून घरच्या वळचणीला जागोजाग चिंध्यांचीं निशाणें फटकावून, प्रथम आपण आपल्या स्त्रिया मुलांबाळांसहित तूपपोळ्यांची यथासांग भोजनें सारून, उरलेंसुरलें शिळेंपाकें अन्न भोळ्या भाविक अज्ञानी घरधन्यास त्याच्या मुलाबाळांसहित कामगारांस गुळवण्याबरोबर खाण्याकरितां ठेवून पानविडे खातांच ऊसांतील इमानी कोल्हेभुकीदाखल आशिर्वाद देऊन शेतकऱ्यांपासून दक्षिणा गुंडाळून पोटावर हात फिरवीत घरोघर जातात व एकदोन मतलबी साधू भटब्राह्मण कित्येह अल्पवयी अल्लडे शेतकऱ्यांचे जिवलग गडी बनून त्यांस नांवलौकिकाचे शहास गुंतवून त्यांजकडून लहानमोठ्या सभा करवून त्यांमध्यें कांहीं भटब्राह्मणांस शालजोड्या देववून बाकी सर्वांना दक्षिणा देववितात. शेतकऱ्यांनीं नवीन बांधलेले शेतखाने

खेरीजकरून त्यांनीं नवीं देवळें, पार वगैरे इमारती तयार केल्या कीं, तेथें त्यांजपासून उद्यापनाचे निमित्तानें ब्राह्मणभोजन व दक्षिणा घेतातच.

दर चैत्रमासीं वर्षप्रतिपदेस भटब्राह्मण शेतकर्यांचे घरोघर वर्षफळ वाचून त्यांजपासून दक्षिणा घेतात. तसेंच रामनवमी व हनुमंतजयंतीचे निमित्तानें भटब्राह्मण आपले ओळींत एकादा सधन शेतकरी असल्यास त्याजपासून अगर गरीबच सर्व असल्यास त्यांजपासून आळीपाळीनें वर्गण्या जमा करून तूपपोळ्यांची ब्राह्मणभोजनें घेतात.

जेजुरीचे यात्रेंत शेतकरी आपल्या मुलांबाळांसह तळें वगैरे ठिकाणीं अंघोळी करितेवेळीं भटब्राह्मण तेथें संकल्प म्हणून त्या सर्वांपासून एकेक शिवराई दक्षिणा घेतात. ही यात्रा सुमारें पाऊण लाखाचे खालीं नसते; व त्यांपैकीं कित्येक अल्लड सधन शेतकर्यांचे मांडीवर खल्लड मुरळ्या बसतांच त्यांजपासून देवब्राह्मण सुवासिनीचे निमित्तानें तूपपोळ्यापुर्ते द्रव्य उपटतात. शिवाय शेतकर्यांचें भंडारखोबरें, खंडोबा देवापुढें उधळण्याकरितां खरेदी करितेवेळीं, भटब्राह्मण वाण्याबरोबर आंतून पाती ठेवून त्यास बरेंच नाडितात.

दर आषाढमासीं एकादशीस भटब्राह्मण शिधे देण्याची ऐपत नसणार्या कंगाल शेतकर्यापासूनसुद्धां निदान एक पैसातरी दक्षिणा घेतात.

पंढरपुरीं एकंदर सर्व शेतकरी आपल्या स्त्रिया व मुलेंबाळें यांसहित चंद्रभागेंत स्नान करितेवेळीं भटब्राह्मण नदीचे किनार्यावर उभें राहून, संकल्प म्हणून त्या सर्वांपासून एकेक शिवराई दक्षिणा घेतात. ही यात्रा सुमारें एक लक्षाचे खालीं नसते; व त्यापैकीं कांहीं शेतकर्यांपासून निदान एक सुवासिनीब्राह्मणास तूपपोळ्यांचे भोजन देण्यापुरत्या रकमा उपटून माजघरांत आपले घरची मंडली पात्रावर बसविलेली असते, तेथें प्रत्येक शेतकर्यास निरनिराळें नेऊन म्हणतात

कीं, "हे पहा तुमच्या सुवासिनीब्राह्मण जेवावयास बसत आहेत. त्यांस कांहीं, दक्षिणा देण्याची मर्जी असल्यास द्या, नाहींतर दुरून नमस्कार करून बाहेर चला म्हणजे ते देवास (विठोबास) नैवेद्य पाठवून जेवावयास बसतील." असे प्रामाणिक धंदे करून पंढरपुरांतील शेंकडों ब्राह्मण बडवे श्रीमान झाले आहेत.

दर श्रावणमासी नागपंचमीस बिळात शिरणाऱ्या मूर्तिमंत नागाच्या टोपल्या बगलेत मारून शेतकऱ्यांचे आळोआळीने, नागकू दूध पिलाव, "नागदक्षिणां समर्पयामि" म्हणून पैसा गोळा करीत फिरण्याची भटब्राह्मणांची वडिलोपार्जित वृत्ति, वैदू व गारोड्यांनीं बळकाविली असता त्याजवर ते नुकसानीबद्दल फिर्याद न करिता, केवळ दगडाच्या किंवा चिखलाच्या केलेल्या नागांच्या पुजा करून अज्ञानी शेतकऱ्यापासून दक्षिणा घेतात.

पौर्णिमेस श्रावणीच्या निमित्ताने महाराच्या गळ्यांतील काळ्या दोऱ्यांची खबर न घेता कित्येक डामडौली कुणब्यांचे गळ्यांत दोऱ्याची गागाभटी (शूद्र लोकांत जानवीं घालण्याचा प्रथम प्रचार नव्हता. गागाभट याने शिवाजीरापासून सुवर्णतुला दान घेऊन त्यास जानवें घातलें, तेव्हापासून ही चाल पडली आहे) जानवीं घालताना शिधादक्षिणेवर धाड घालितात. एकंदर सर्व शेतकऱ्यांचे हातात राख्यांचे (या राख्या सुताच्या असून एक पैशास सुमारें २५ मिळतात) गंडे बांधून त्यांजपासून एकेक पैसा दक्षिणा घेतात.

वद्यप्रतिपदेस भटब्राह्मण बहुतेक सधन शेतकऱ्यास सप्ताहाचा नाद लावून त्यांचे गळ्यांत विणे घालून त्यांचे इष्टमित्रांचे हातांत टाळ देऊन त्या सर्वांस मृदंगाचे नादात पाळीपाळीने रात्रंदिवस पोपटासारखीं गाणी गाऊन नाचता नाचता टणटणा उड्या मारावयास लावून आपण त्यांचेसमोर मोठ्या डौलाने लोडाशी टेकून त्यांच्या गमती थोडा वेळ पाहून, दररोज फराळाचे निमित्ताने त्याजपासून पैसे उपटून गोकूळअष्टमीचे रातीं हरिविजयातील तिसरा अध्याय वाचून यशोदेचे

बाळंतपणाबद्दल चुडेबांगड्यांची सबब न सांगता, शेतकऱ्यांपासून दक्षिणा उपटतात. प्रात:काळीं पारण्याचे निमित्तानें शेतकऱ्यांचे खर्चाने करविलेलीं तुपपोळ्यांची जेवणें आपण प्रथम सारून उरलेले शिळेपाके अन्न शेतकऱ्यासहित टाळकुटे मृदंगे वगैऱ्यांस ठेवून घरी निघून जातात.

शेवटी श्रावण महिन्यांतील सरते सोमवारी भटब्राह्मण बहुतेक देवभोळ्या अज्ञानी शेतकऱ्यापासून तूपपोळ्यांची निदान एकतरी सुवासिनीब्राह्मणभोजन घालण्याचे निमित्ताने यथासांग शिधेसामग्र्या घेऊन, प्रथम आपण आपल्या स्त्रिया मुलांबाळांसहित जेवून गार झाल्यावर प्रसादादाखल एकदोन पुरणपोळ्या व भाताची मूद भलत्यासलत्या इस्तऱ्यावर घालून, दुरून शेतकऱ्यांचे पदरात टाकून, त्यांच्या समजुती काढितात.

दर भाद्रपदमासीं भटब्राह्मण हरतालिकेचे मिषानें अबालवृद्ध शेतकरणीपासून एकेक, दोनदोन पैसे लुबाडितात.

गणेशचतुर्थीस शेतकऱ्यांचे घरांत गणपतीपुढें टाळ्या वाजवून आरत्या म्हणण्याबद्दल त्यांजपासून कांहीं दक्षिणा घेतात. ऋषिपंचमीस रांडमुंड शेतकरणी स्त्रियांस पाण्याचे डबकांत बुचकळ्या मारावयास लावून भटब्राह्मण, शेतकऱ्यांचे जिवावर गणपतीचे संबंधानें दिवसा मोदकांसह तूपपोळ्यांचीं भोजनें सारून वरकांति कीर्तनें श्रवणकरण्याचे भाव दाखवून आंतून अहोरात्र नामांकित कसबिणींच्या सुरतीकडे मंगळ ध्यान लावून त्यांचीं सुस्वर गाणीं ऐकण्यांत चूर झाल्यामुळे, शेतकऱ्यांचे घरांतील कुंभारी गौरीच्या मुखाकडे ढुंकूनसुद्धां पहात नाहींत.

चतुर्दशीस अनंताचे निमित्तानें शेतकऱ्यांपासून शिधेदक्षिणा घेतात. पितृपक्षांत भटब्राह्मण एकंदर सर्व शेतकरी लोकांत पेंढारगर्दी उडवून त्यांच्यामागें इतके हात

धुवून लागतात कीं, त्यांच्यांतील मोलमजुरी करणाऱ्या दीनदुबळ्या निराश्रित रांडमुंड शेतकरणींपासूनही फांका घेऊन आपल्या पायांवर डोचकीं ठेवल्याशिवाय त्यांच्या सुटका करीत नाहींत. मग तेथें भोंसले, गायकवाड, शिंदे आणि होळकर यांची काय कथा?

तशांत कपिलषष्ठीचा योग आला कीं, भटब्राह्मण कित्येक सधन शेतकऱ्यांस वाई, नाशिक वगैरे तीर्थांचे ठिकाणीं नेऊन त्यांजपासून दानधर्माचे मिषानें बरेंच द्रव्य हरण करितात व बाकी उरलेल्या एकंदर सर्व दीनदुबळ्या शेतकऱ्यांपासून स्नान करतेवेळीं निदान एकएक पैसा तरी दक्षिणा घेतात.

शेवटीं अमावास्येस भटब्राह्मण शिधेदक्षिणांचे लालचीनें शेतकऱ्यांचे बैलांच्या पायाच्या पुजा करवितात.

विजयादशमीस घोडे व आपट्यांचीं झाडें पूजनाचे संबंधानें शेतकऱ्यांपासून दक्षिणा घेऊन कोजागिरीस त्यांचा हात चालल्यास शेतकऱ्याचे दुधावर सपाटा मारितात.

अमावास्येस लक्ष्मीपूजन व ह्या पूजनाचे संबंधानें शेतकऱ्यापासून लाह्या बत्ताशांसह दक्षिणा घेतात.

दर कार्तिकमासीं बलिप्रतिपदेस भटब्राह्मण मांगामहाराप्रमाणें हातांत पंचार्त्या घेऊन शेतकऱ्यास ओवाळतां ओवाळतां "इडापिडा जावो आणि बळीचें राज्य येवो" हा मूळचा खरा अशिर्वाद देऊन शेतकऱ्यांच्या ओवाळण्या न मागतां, हातावर शालजोड्या घेऊन त्यांस यजमानाचीं नातीं लावून शेतकऱ्यांचे घरोघर माली मागत फिरतात.

आळंदीचे यात्रेंत शेतकरी आपल्या कुटुंबासह इंद्रायणींत स्नानें करीत असतां भटब्राह्मण त्या सर्वांपुढें संकल्प म्हणून त्यांजपासून एकेक पैसा दक्षिणा घेतात. ही यात्रा सुमारें पाऊण लक्षाचे खालीं नसते. नंतर द्वादशीस देवब्राह्मणसुवासिनीचे निमित्ताने कित्येक देवभोळ्या शेतकऱ्यांपासून तूपपोळ्यांचीं व त्यांतून कोणी फारच दरिद्री असल्यास त्याजपासून साधा सिधा घेऊन आपापले कुटुंबासह भोजनें करून त्या सर्व अज्ञानी भाविकांस तोंडी पोकळ अशिर्वाद मात्र देतात.

शिवाय भोंवर गांवातील अज्ञानी शेतकऱ्यास पंधरवड्याचे वारीचे नादीं लावून त्या सर्वांपासून बारा महिने दर द्वादशीस पाळीपाळीनें तूपपोळ्यांचीं ब्राह्मणभोजनें काढितात. इतकेंच नव्हे परंतु कित्येक परजिल्ह्यांतील सधन शेतकऱ्यांस चढी पेटवून त्यांपासून तूपपोळ्यांचीं सहस्त्रभोजनें घालवितात. शेवटीं परगांवचे शेतकऱ्यांचे पंचांनी अदावतीनें गुन्हेगार ठरवून पाठविलेल्या शेतकऱ्यांचें क्षौर करवून त्यांस प्रायश्चित्ताचे निमित्तानें थोडें का नागवितात?

वद्य द्वादशीस भटब्राह्मण शेतकऱ्यांचे आंगणांतील तुळशीवृंदावनासमोर धोत्राचा अंतरपाट धरून मंगलाष्टकाचे ऐवजीं दोन चार श्लोक व आर्या म्हणून तुळशींचीं लग्ने लावून शेतकऱ्यापासून आरतीचे पैशासह ओटीपैकीं कांही सामान हातीं लागल्यास गोळा करून जातात.

दर पौषमासीं मकरसंक्रांतीस भटब्राह्मण शेतकऱ्यांचे घरीं संक्रांतफळ वाचून त्यांजपासून दक्षिणा घेतात व कित्येक अक्षरशून्य देवभोळ्या शेतकऱ्यांस अगाध पुण्यप्राप्तीची लालूच दाखवून त्यांजकडून मोठ्या उल्हासानें त्यांचीं उसांचीं स्थळें भटब्राह्मणांकडून लुटवितात.

दर माघमासीं महाशिवरात्रीस भटब्राह्मण कित्येक शेतकऱ्यांचे आळींतील देवळांनीं शिवलीलामृताच्या अवृत्त्या करून सूर्योदयाचे पूर्वी समाप्ति करतेवेळीं त्यांजपासून ग्रंथ वाचण्याबद्दल शिधेदक्षिणा उपटून नेतात.

दर फाल्गुनमासीं होळीपूजा करितांच, शेतकऱ्याजवळचें द्रव्य उडालें यास्तव म्हणा, अगर हिंदूधर्माचे नांवानें ठणाणा बोंबा मारितात, तरी हे भटजीबुवा त्यांजपासून कांहीं दक्षिणा घेतल्याविना त्यांस आपापल्या डोचक्यांत धूळमाती घालण्याकरितां मोकळीक देत नाहींत.

सदरीं लिहिलेल्या प्रतिवर्षिं येणाऱ्या सणांशिवाय मधूनमधून चंद्रग्रहण, सूर्यग्रहण व ग्रहांचे उलटापालटीचे संबंधानें शेतकऱ्यापासून भटब्राह्मण नानाप्रकारचीं दानें घेऊन एकंदर सर्व पर्वण्या पाळीपाळीनें बगलेंत मारून, व्यतिपात भाऊबळानें शेतकऱ्यांचे आळोआळीनें भीक मागत फिरतात. शिवाय शेतकऱ्यांचे मनावर हिंदुधर्माचें मजबूत वजन बसून. त्यांनीं नि:संग होऊन आपले नादीं लागावें म्हणून, सधन शेतकऱ्यांचे घरोघर रात्रीं भटब्राह्मण कधीं कधीं पांडवप्रताप वगैरे भाकड पुराणांची पारायणें करून त्यांजपासून पागोट्याधोत्रासह द्रव्यावर घाला घालून, कित्येक निमकहरामी भटब्राह्मण आपल्या शेतकरी यजमानाच्या सुनाबाळांस नादीं लावून त्यांस कुकूचकू करावयास शिकवितात. त्यांतून अधींमधीं संधान साधल्यास शेतकऱ्यांचे घरीं भटब्राह्मण सत्यनारायणाच्या पूजा करवून प्रथम शेतकऱ्यांचे केळांत सव्वा शेरांचे मानानें निर्मळ रवा, निरसें दूध, लोणकढें तूप, व धुवासाखर घालून तयार करविलेले प्रसाद घशांत सोडून नंतर आपल्या मुलांबाळांसहित तूपपोळ्यांचीं भोजनें सारून, त्यांजपासून यथासांग दक्षिणा बुचाडून, उलटें शेतकऱ्यांचे हातीं कंदिल देऊन घरोघर जातात.

इतक्यांतून शेतकर्‍यांपैकीं कांहीं दुबळे स्त्री-पुरुष चुकून राहिल्यास भटपुराणिक त्या सर्वांस भलत्या एकाद्या देवळांत दररोज रात्रीं जमा करून त्यांस राधाकृष्णाची लीला वगैरेसंबंधी पुराणें श्रवण करण्याचे नादीं लावतात. समाप्तीचे समयीं त्या सर्वांस चढाओढींत पेटवून त्यांजपासून तबकांत भल्या मोठ्या महादक्षिणा जमा केल्यानंतर, शेवटीं त्यांच्या निराळ्या वर्गणीच्या खर्चानें आपण मोठ्या थाटानें पालख्यांत बसून एकंदर सर्व श्रोतेमंडळीस मागेंपुढें घेऊन मिरवत मिरवत बरोबर जातात.

कित्येक अक्षरशत्रु भटब्राह्मणांस पंचांगावर पोट भरण्याची अक्कल नसल्यामुळें ते आपल्यापैकीं एकाद्या बेवकूब ठोंब्यास ढवळ्याबुवा बनवून त्याचे पायांत खडावा व गळ्यांत विणा घालून त्याजवर एकाद्या शूद्राकडून भली मोठी छत्री धरवून बाकी सर्व त्याचेमागें झांज्या, ढोलके ठोकीत “जे जे राम, जे जे राम,” नामाचा घोष करीत अज्ञानी शेतकर्‍यांचे आळोआळीनें प्रतिष्ठित भीक मागत फिरतात.

कित्येक भटब्राह्मण मोठमोठ्या देवळांतील विस्तीर्ण सभामंडपांत आपल्यापैकीं एकाद्या देखण्या ज्वानास कवळेबुवा बनवून त्याचे हातांत चिपळ्याविणा देऊन बाकी सर्व त्याचेमागें ओळीनें तालमृदुंगाचे तालांत मोठ्या प्रेमानें “राधा कृष्ण राधा” म्हणतां म्हणतां नाच्यापोरासारखे हावभाव करून दर्शनास येणार्‍या जाणार्‍या सधन रांडमुंडीस आपले नादीं लावून आपलीं पोटे भरून मोठ्या मौजा मारितात.

कित्येक मतिमंद भटब्राह्मणांस भटपणाचा धंदा करून चैना मारण्यापुरती अक्कल नसल्यामुळें ते आपल्यापैकीं एकाद्या भोळसर कारकुनास देवमहालकरी बनवून बाकीचे ब्राह्मण गांवोगांव जाऊन अज्ञानी शेतकर्‍यांपासून देवमहालकर्‍यास नवस करवून त्यास त्यासंबंधानें बरेंच खोरीस आणितात.

कित्येक भटब्राह्मणास वेदशास्त्रांचे अध्ययन करून प्रतिष्ठेनें निर्वाह करण्याची ताकद नसल्यामुळें ते आपल्यापैकीं एकाद्या अर्धवेड्या भांग्यास बागलकोटचे स्वामी बनवून बाकीचे भटब्राह्मण गांवोगांव जाऊन "स्वामी सर्वांचे मनांतील वासना मनकवड्यासारख्या जाणून त्यांपैकीं कांहीं पूर्ण होण्याविषयीं अन्यमार्गानें बोलून दाखवितात." अशा नानाप्रकारच्या लोणकढ्या थापा अज्ञानी शेतकर्‍यांस देऊन त्यांस स्वामीचे दर्शनास नेऊन तेथें त्यांचें द्रव्य हरण करितात.

सदरीं लिहिलेल्या एकंदर सर्व भटब्राह्मणांच्या धर्मरूपी चरकांतून शेतकर्‍यांची मस्ती जिरली नाहीं, तर भटब्राह्मण बदरीकेदार वगैरे तीर्थयात्रेचे नादीं लावून शेवटीं त्यांस काशीप्रयागास नेऊन तेथें त्यास हजारों रुपयास त्यांच्या दाढ्यामिशा बोडून त्यांस त्यांचे घरी आणून पोहोचवितात. व शेवटी त्याजपासून मांवद्याचे निमित्ताने मोठमोठाली ब्राह्मणभोजने घेतात.

अखेर शेतकर्‍याचे मरणानंतर भटब्राह्मण स्मशानी कारट्यांची सोंगे घेऊन त्यांचे पुत्राकडून दररोज गरुडपुराणे वाचन, दहावे दिवशी धनकवडी वगैरे डिपोवरील वतनदार कागभटजीस कॉव म्हणून, पिंडप्रयोजनाचा मानपान देऊन त्याजपासून गरुडपुराणाचे मजुरीसहित निदान तांबे, पितळ्या, छत्र्या, काठ्या, गाद्या व जोडे दान घेतात. पुढे शेतकर्‍यांची एकंदर सर्व मुले मरेपावेतो त्याजपासून श्राद्धपक्षास पिंडदाने करकितेवेळी त्याचे ऐपतीचे, मानाने शिधे व दक्षिणांची वर्षासने घेण्याची वहिवाट त्यांनीं ठेविली आहे. ती ही कीं, शेतकरी यजमानास मोठी लाडीगोडी लावून कोणास कारभारी, कोणास पाटील, कोणास देशमुख वगैरे तोंडापुरत्या पोकळ पदव्या देऊन, त्यांजपासून भटब्राह्मण आपले मुलामुलींचे लग्न वगैरे समयीं केळीच्या पानांसह भाजीपाले फुकट उपटून, त्यांजवर आपली छाप ठेवण्याकरितां शेवटीं एखादे प्रयोजनांत त्या सर्वांस आमंत्रणें करून मांडवांत आणून बसवितात व प्रथम आपण जातवाल्या

स्त्रीपुरुषांसह भोजनें सारून उठल्यानंतर तेथील सर्व एकंदर पात्रांवरील खरकट्याची नीटनेटकी प्रतवार निवड करून त्यांस आपले शूद्र चाकरांचे पंक्तीस बसवून तीं सर्व खरकटीं मोठ्या काव्याडाव्यानें नानातऱ्हेचे सोंवळेचाव करून दुरूनच वाढितात; परंतु बाजारबसव्या काड्यामहालांतील शेतकऱ्यांच्या हंगामी वेसवारांडांच्या मुखास चुंबनतुंबड्या लावून त्यांच्या मुखरसाचे धुडके (A Sepoy Revolt by Henry Mead, pages 12 and 23) घेण्याचा काडीमात्र विधिनिषेध न करतां, ते आपले यजमान शेतकऱ्यांस इतके नीच मानितात कीं, ते आपल्या अंगणांतील हौदास व आडास शेतकऱ्याला स्पर्शसुद्धां करूं देत नाहींत; मग त्यांच्याशीं रोटी व बेटीव्यवहार कोण करितो?

एकंदर सर्व सदरचे हकिगतीवरून कोणी अशी शंका घेतील कीं, शेतकरी लोक आज दिवसपावेतों इतके अज्ञानी राहून भटब्राह्मणांकडून कसे लुटले जातात? यास माझें उत्तर असें आहे कीं, पूर्वी मूळच्या आर्य भटब्राह्मणांचा या देशांत अम्मक चालू होतांच त्यांनीं आपल्या हस्तगत झालेल्या शूद्र शेतकऱ्यास विद्या देण्याची अटोकाट बंदी करून, त्यास हजारों वर्षें मन मानेल तसा त्रास देऊन लुटून खाल्लें, याविषयीं त्यांच्या मनुसंहितेसारखे मतलबी ग्रंथांत लेख सांपडतात. पुढें कांहीं काळाचें चार निःपक्षपाती पवित्र विद्वानांस ब्रह्मकपटाविषयीं बरें न वाटून त्यांनीं बौद्ध धर्माची स्थापना करून, आर्य ब्राह्मणांच्या कृत्रिमी धर्माचा बोजवार करून या गांजलेल्या अज्ञानी शूद्र शेतकऱ्यांस आर्यभटांचे पाशांतून मुक्त करण्याचा झपाटा चालविला होता. इतक्यांत आर्य मुगुटमण्यांतील महाधूर्त शंकराचार्यांनीं बौद्धधर्मी सज्जनांबरोबर नानाप्रकारचे वितंडवाद घालून त्यांचा हिंदुस्थानांत मोड करण्याविषयीं दीर्घ प्रयत्न केला. तथापि बौद्ध धर्माच्या चांगुलपणाला तिलप्राय धोका न बसतां उलटी त्या धर्माची दिवसेंदिवस जास्त बढती होत चालली. तेव्हां अखेरीस शंकराचार्यांनें तुर्की लोकांस मराठ्यांत सामील करून घेऊन त्यांजकडून तरवारीचे जोरानें येथील बौद्ध लोकांचा मोड केला. पुढें

आर्य भटजींस गोमांस व मद्य पिण्याची बंदी करून, अज्ञानी शेतकरी लोकांचे मनावर वेदमंत्र जादूसहित भटब्राह्मणांचा दरारा बसविला.

त्यावर कांहीं काळ लोटल्यानंतर हजरत महमद पैगंबराचे जहामर्द शिष्य, आर्य भटांचे कृत्रिमि धर्मासहित सोरटी सोमनाथासारख्या मूर्तींचा तरवारीचे प्रहारांनीं विध्वंस करून, शूद्र शेतकऱ्यांस आर्यांचे ब्रह्मकपटांतून मुक्त करूं लागल्यामुळें, भटब्राह्मणांतील मुकुंदराज व ज्ञानोबांनीं भागवतबखरींतील कांहीं कल्पित भाग उचलून त्यांचे प्राकृत भाषेंत विवेकसिंधु व ज्ञानेश्वरी या नांवाचे डावपेची ग्रंथ करून शेतकऱ्यांचीं मनें इतकी भ्रमिष्ट केलीं कीं, ते कुराणासहित महमदी लोकांस नीच मानून त्यांचा उलटा द्वेष करूं लागले. नंतर थोडा काळ लोटल्यावर तुकाराम या नांवाचा साधु शेतकऱ्यांमध्यें निर्माण झाला. तो शेतकऱ्यांतील शिवाजीराजास बोध करून त्याचे हातून भटब्राह्मणांच्या कृत्रिमी धर्माची उचलबांगडी करून शेतकऱ्यास त्यांच्या पाशांतून सोडवील, या भयास्तव भटब्राह्मणांतील अट्टल वेदांती रामदासस्वामींनी महाधूर्त गागाभटाचे संगन्मत्तानें अक्षरशून्य शिवाजीचे कान फुंकण्याचें सट्टल ठरवून अज्ञानी शिवाजीचा व निस्पृह तुकारामबुवांचा पुरता स्नेहभाव वाढू दिला नाहीं पुढें शिवाजी राजाचे पाठीमागें त्याच्या मुख्य भटपेशव्या सेवाकानें शिवाजीचे औरस वारसास सातारचे गडावर अटकेंत ठेविलें. पेशव्याचे अखेरीचे कारकीर्दीत त्यांनीं गाजररताळांची वरू व चटणीभाकरीवर गुजारा करणाऱ्या रकट्यालंगोट्या शेतकऱ्यापासून वसूल केलेल्या पट्टीच्या द्रव्यांतून, त्यांच्या शेतीस पाण्याचा पुरवठा व्हावा म्हणून धरणें वगैरे बांधकामाकडे एक छदाम खर्च न घालतां, पर्वतीचे रमण्यांत वीसवीस पंचवीसपंचवीस हजार भटब्राह्मणांस मात्र शालजोड्या वगैरे बक्षिसें देण्याचा भडिमार उठविला व हमेशा पेंढाऱ्यांनीं लुटून फस्त केलेल्या शेतकऱ्यांपासून सक्तीनें वसूल केलेल्या जामदारखान्यांतून अज्ञानी शेतकऱ्यांस निदान प्राकृत विद्या देण्याकरितांही दमडीच्या कवड्या खर्ची न घालतां, ब्राह्मणांचीं मतलबी धर्मशास्त्रे शिकणाऱ्या भटब्राह्मणांस शेकडों रुपयांचीं वर्षासनें देण्याची चंगळ

उडवून, पर्वतीचे रमण्यांतील कोंडवाड्यांत मात्र एकंदर ओगराळ्यांनीं मोहरापुतळ्यांची खिचडी वाटण्याची बाजीराव पेशवेसाहेबांनीं मोठी धूम उडविली, म्हणून आम्हांस फारसें नवल वाटत नाहीं. कारण रावबाजी हे अस्सल आर्य जातीचे ब्राह्मण होते. सबब तसल्या पक्षपाती दानशूरानें पर्वतीसारख्या एखाद्या संस्थानांत शेतकऱ्यांपैकीं कांहीं अनाथ रांडमुंडींची व निराश्रित पोरक्या मुलीमुलांची सोय केली नाहीं, फक्त आपल्या (A Sepoy Revolt by Henry Mead, page 133. Having received an English education, he (The adopted son of the late Bajee Rao, the ex-Peishwa of the Maharattas.) was a frequent visitor at the tables of Europeans of rank and was in the habit of entertaining them in turn at Bhitoor, etc.) जातींतील भटब्राह्मण, गवई पुजारी व चारपांच हिमायती अगांतुक भटब्राह्मणांस दररोज प्रात:काळीं अंघोळीस ऊन पाणी व दोन वेळां प्रतिदिवशीं पहिल्या प्रतीचीं भोजनें मिळण्याची सोय करून, हरएक निरशनास दूध पेढे वगैरे फराळाची आणि पारण्यास व एकंदर सर्व सणावारांस त्यांचे इच्छेप्रमाणें पक्वान्नांची रेलचेल उडवून त्या सर्वास अष्टोप्रहर चौघड्यासहित गवयांचीं गाणींबजावणीं ऐकत बसवून मौजा मारण्याची यथास्थित व्यवस्था लावून ठेवली आहे.

या वहिवाटी आमचें भेकड इंग्रज सरकार जशाच्या तशाच आज दिवसपावेतो चालू ठेकून त्याप्रीत्यर्थ कष्टाळू शूद्रादि अतिशूद्र शेतकऱ्यांचे निढळाचे घामाचे पट्टीचे द्रव्यांतून हजारों रुपये सालदरसाल खर्चीं घालतें.

सांप्रत कित्येक शूद्रादि अतिशूद्र शेतकरी ख्रिस्ति धर्म स्वीकारून मनुष्यपदास पावल्यानें, भटब्राह्मणांचें महत्त्व कमी होऊन त्यांना स्वत: मोलमजुरीचीं कामें करून पोटें भरण्याचे प्रसंग गुदरत चालले आहेत, हें पाहून कित्येक धूर्त भटब्राह्मण खुळ्या हिंदुधर्मास पाठीशीं घालून नानाप्रकारचे नवे समाज उपस्थित

करून त्यांमध्यें अपरोक्ष रीतीनें महमदी व ख्रिस्ति धर्माच्या नालस्त्या करून त्यांविषयी शेतकऱ्यांचीं मनें भ्रष्ट करीत आहेत. असो. परंतु पुरातन मूर्तिपूजोत्तेजक ब्रह्मवृंदांतील काका व सार्वजनिक सभेचे पुढारी जोशीबुवा यांनीं हिंदुधर्मांतील जातीभेदाच्या दुरभिमानाचें पटल आपल्या डोळ्यांवरून एकीकडे काढून शेतकरी लोकांची स्थिति पाहिली असती तर, त्यांच्यानें एकपक्षीय धर्माच्या प्रतिबंधानें नाडलेल्या बिचाऱ्या दुर्दैवी शेतकऱ्यांस होणाऱ्या धर्माच्या जुलमाची यथातथ्य माहिती करून देते, तर कदाचित त्यास दयेचा पाझर फुटून तें भूदेव भटब्राह्मण कामगारांची शूद्रास विद्या देण्याच्या कामांत मसलत न घेतां, त्यांस ती देण्याकरितां निराळे उपाय योजितें.

सारांश, पिढीजात अज्ञानी शेतकऱ्यांचे द्रव्याची व वेळेची भटब्राह्मणांकडून इतकी हानि होते कीं, त्यांजला आपलीं लहान मुलेंसुद्धां शाळेंत पाठविण्याचें त्राण उरत नाहीं व याशिवाय आर्यभटऋषींनीं फार पुरातन काळापासून "शूद्र शेतकऱ्यास ज्ञान देऊं नये" म्हणून सुरूं केलेल्या वहिवाटीची अज्ञानी शेतकऱ्यांचे मनावर जशीची तशीच धास्ती असल्यामुळे त्यांना आपलीं मुलें शाळेंत पाठविण्याचा हिय्या होत नाहीं आणि हल्लींचे आमचे दयाळू, **गव्हर्नर जनरलसाहेबांनीं पाताळचे अमेरिकन लोकसत्तात्मक** राज्यांतील महाप्रतापी जॉर्ज वाशिंगटन ताताचा कित्ता घेऊन, येथील ब्राह्मण सांगतील तो धर्म आणि इंग्रज करतील ते कायदे मानणाऱ्या अज्ञानी शूद्रादि अतिशूद्रांस, विद्वान भटब्राह्मणांप्रमाणेंच म्युनिसिपालिटींत आपले वतीनें मुखत्यार निवडून देण्याचा अधिकार दिला आहे खरा, परंतु या प्रकरणांत भटब्राह्मण आपले विद्येचे मदांत सोवळ्या ओवळ्याच्या तोऱ्यांनीं अज्ञानी शूद्रादि अतिशूद्र लोकांशीं छक्केपंजे करून त्यांना पुढे ठकवूं लागल्यास आमचे **दयाळू गव्हर्नर जनरलसाहेबांचे** माथ्यावर कदाचित अपयशाचे खापर न फुटो, म्हणजे भटब्राह्मणांचे गंगेंत घोडे नाहले, असे आम्ही समजू.

प्रकरण २ रे

सरकारी गोरे अधिकारी हे बहुतकरून ऐषआरामांत गुंग असल्यामुळें त्यांना शेतकऱ्यांचे वास्तविक स्थितीबद्दल माहिती करून घेण्यापूरती सवड होत नाहीं व या त्यांच्या गाफीलपणानें एकंदर सर्व सरकारी खात्यांत ब्राह्मण कामगारांचें प्राबल्य असतें. या दोन्ही कारणांमुळे शेतकरी लोक इतके लुटले जातात कीं, त्यांस पोतभर भाकर व अंगभर मिळत नाही.

एकंदर सर्व हिंदुस्थानांत पूर्वी कांहीं परदेशस्थ व यवनी बादशाहा व कित्येक स्वदेशीय राजेरजवाडे या सर्वांजवळ शूद्र शेतकऱ्यांपैकी लक्षावधि सरदार, मानकरी, शिलेदार, बारगीर, पायदल, गोलंदाज माहूत, ऊंटवाले व अतिशूद्र शेतकऱ्यांपैकी मोतद्दार चाकरीस असल्यामुळे, लक्षावधि शूद्रादि अतिशूद्र शेतकरी लोकांचे कुटुंबास शेतसारा देण्याची फारशी अडचण पडत नसे. कारण बहुतेक शेतकऱ्याच्या कुटुंबांतील निदान एखाद्या मनुष्यास तरी लहानमोठी सरकारी चाकरी असावयाचीच. परंतु हल्लीं सदरचे बादशहा, राहेरजवाडे वगैरे लंपास गेल्यामुळें सुमारें पंचवीस लक्षाचें वर शूद्रादि अतिशूद्र शेतकरी वगैरे लोक बेकार झाल्यामुळे त्या सर्वांचा बोजा शेतकी करणारांवर पडला आहे.

आमच्या जहामर्द इंग्रज सरकारच्या कारस्थानानें एकंदर सर्व हिंदुस्थानांत हमेशा लढायांचे धुमाळ्यांत मनुष्यप्राण्यांचा वध होण्याचें बंद पडल्यामुळे चहूंकडे शांतता झाली खरी, परंतु या देशांत स्वाऱ्या, शिकारी बंद पडल्यामुळें एकंदर सर्व लोकांचें शौर्य व जहामर्दी लयास जाऊन राजेरजवाडे "भागू बाया" सारखे दिवसा सोवळें नेसून देवपूजा करण्याचे नादांत गुंग होऊन रात्रीं निरर्थक उत्पत्ति वाढविण्याचे छंदांत लंपट झाल्यामुळें, येथील चघळ सानेसुमारी मात्र फार वाढली. यामुळें सर्व शेतकऱ्यांमध्यें भाऊहिस्से इतके वाढले कीं, कित्येकांस आठआठ, दहा दहा पाभारीचे पेऱ्यावर गुजारा करावा लागतो, असा प्रसंग गुजरला आहे. व शा

आठआठ, दहादहा पाभरीचे पेऱ्याकरितां त्यांना एकदोन बैल जवळ बाळगण्याची ऐपत नसल्यामुळें ते आपलीं शेतें शेजाऱ्यापाजाऱ्यास अर्धेलीनें अथवा खंडानें देऊन, आपलीं मुलेंमाणसे बरोबर घेऊन कोठेंतरी परगांवीं मोलमजुरी करून पोट भरण्यास जातात.

पूर्वी ज्या शेतकऱ्याजवळ फारच थोडीं शेतें असत व ज्याचा आपले शेतीवर निर्वाह होत नसे, ते आसपासचे डोंगरावरील दऱ्याखोऱ्यांतील जंगलांतून ऊंबर, जांभूळ वगैरे झाडांचीं फळें खाऊन व पळस, मोहा इत्यादी झाडांचीं फुलें, पानें आणि जंगलांतून तोडून आणलेल्या लाकूडफाट्यां विकून, पेट्टीपासोडीपुरता पैसा जमा करीत व गांवचे गायरानाचे भिस्तीवर आपल्याजवळ एक दोन गाया व दोनचार शेरड्या पाळून त्यांच्यावर जेमतेम गुजारा करून मोठ्या आनंदानें आपआपल्या गावींच रहात असत. परंतु आमचे मायबाप सरकारचे कारस्थानी युरोपियन कामगारांनीं आपली विलायती अष्टपैलू अक्कल सर्व खर्ची घालून भलें मोठे टोलेजंग जंगलखातें नवीनच उपस्थित करून, त्यामध्यें एकंदर सर्व पर्वत, डोंगर, टेकड्या दरींखोरीं व त्याचे भरीस पडित जमिनी व गायरानें घालून फारेस्टखातें शिखरास नेल्यामुळें दीनदुबळ्या पंगु शेतकऱ्याचे शेरडाकरडांस या पृथ्वीचे पाठीवर रानचा वारासुद्धां खाण्यापुरती जागा उरली नाहीं. त्यांनीं आतां साळी, कोष्टी, सणगर, लोहार, सुतार वगैरे कसबी लोकांच्या कारखान्यांत त्यांचे हाताखालीं किरकोळ कामें करून आपलीं पोटें भरावींत, तर इंग्लंडांतील कारागीर लोकांनीं रुचिरुचीच्या दारु-बाटल्या, पाव, बिस्कुटें, हलवे, लोणचीं, लहानमोठ्या सुया, दाभण, चाकू, कातऱ्या, शिवणाचीं यंत्रे, भाते, शेगड्या, रंगीबेरंगी बिलोरी सामान सूत, दोरे, कापड, शाली, हातमोजे, पायमोजे, टोप्या, काठ्या छत्र्या, पितळ, तांबें लोखंडी पत्रे, कुलपें, किल्ल्या, डांबरी कोळसे, तऱ्हेतऱ्हेच्या गाड्या, हारनिसे, खोगरें, लगाम, शेवटीं पायपोस यंत्रद्वारे तेथें तयार करून, येथें आणून स्वस्त विकूं लागल्यामुळें, येथील एकंदर सर्व मालास मंदी पडल्याकारणानें येथील कोष्टी, साळी, जुलयी, मोमीन इतके कंगाल झाले आहेत कीं, त्यांपैकीं

कित्येक विणकर लोक अतिशय मंदीचे दिवसांत उपाशी मरूं लागल्यामुळें अब्रूस्तव कधीं कधीं चोरून छपून आपला निर्वाह डाळीच्या चुणीवर, कित्येक तांदळाच्या व गव्हाच्या कोंड्यावर व कित्येक अंब्यांच्या कोयांवर करितात. कित्येक पद्नसाळी, घरांतील दातांशीं दांत लावून बसलेल्य बायकापोरांची स्थिति पहावेनाशी झाली म्हणजे, संध्याकाळीं नि:संग होऊन दोनचार पैशांची उधार शिंदी पिऊन बेशुद्ध झाल्याबरोबर, घरांत जाऊन मुर्द्यासारखे पडतात. कित्येक पद्नसाळी गुजरमारवाड्यांकडून मजुरीनें वस्त्रें विणावयास आणलेलें रेशीम व कलाबतू येईल त्या किंमतीस विकून आपल्या मुलांबाळांचा गुजारा करून, गुजरमारवाड्यांचे हातीं तुरी देऊन रातोरात परगांवीं पळून जातात अशा पोटासाठीं लागलेल्या बुभुक्षित कसबी लोकांनीं रिकाम्या शेतकऱ्यांस मदत कशी व कोणती द्यावी?

दुसरें असें कीं, शूद्रादि अतिशूद्रांवर पुरातनकाळीं आपले वाडवडिलांनीं महत्प्रयासांनीं व कपाटांनीं मिळविलेलें वर्चस्व चिरकाळ चालावें व त्यांनीं केवळ घोडा, बैल वगैरे जनावरांसारखे बसून आपणांस सौख्य द्यावें, अथवा निर्जीव शेतें होऊन आपणासाठीं जरूरीचे व ऐषरामाचे पदार्थ त्यांनीं उत्पन्न करावेत, या इराद्यानें आटक नदीचे पलीकडेस हिंदु लोकांपैकीं कोणी जाऊं नये, गेले असतां तो भ्रष्ट होतो अशी बाब ब्राह्मण लोकांनी हिंदु धर्मांत घुसडली. यापासून ब्राह्मण लोकांचा इष्ट हेतू सिद्धीस गेला; परंतु इतर लोकांचें फारच नुकसान झालें परकीय लोकांच्या चालचलणुकीचा त्यांस पडोसा न मिळाल्यामुळेच ते खरोखर आपणास मानवी प्राणी न समजतां, केवळ जनावरे समजूं लागले आहेत. इतर देशांतील लोकांशीं व्यापारधंदा अगदीं नाहींसा झाल्यानें ते कंगाल होऊन बसले; इतकेंच नाहीं परंतु "आपले देशांत सुधारणा करा. आपले देशांत सुधारणा करा," अशी जी सुधारलेले ब्राह्मण लोक निदान ब्राह्यात्कारी हल्लीं हकाटी पिटीत आहेत, त्यांस कारण त्यांची ही वर जाणविलेली धर्माची बाब कारण झाली असावी, हें अगदीं निर्विवाद आहे. या कृत्रिमी बाबींमुळें साळी, सुतार वगैरे

कारागीर लोकांचें तर अतिशय नुकसान झाले. आणि त्यांस ती पुढे किती भयंकर स्थितीस पोहोंचवील, याचा अदमास खऱ्या देशकल्याणेच्छुखेरीज कोणासही लागणार नाहीं.

आतां कोणी अशी शंका घेतील कीं, गरीब शेतकऱ्यांनीं, ज्या शेतकऱ्यांजवळ भरपूर शेतें असतील, त्याचे हाताखालीं मोलमजुरी करून आपला निर्वाह करावा, तर एकंदर सर्व ठिकाणी संतति जास्त वाढल्यामुळें कांहीं वर्षे पाळीपाळीनें शेतें पडिक टाकण्यापुरतीं भरपूर शेतें शेतकऱ्यांजवळ उरलीं नाहींत, तेणेंकरून शेतांस विसांवा न मिळतां तीं एकंदर सर्व नापीक झालीं. त्यांत पूर्वीप्रमाणें पिकें देण्यापुरतें सत्त्व शिल्लक राहिलें नाहीं. त्यांना आपल्या कुटुंबाचाच निर्वाह करितां करितां नाकीं दम येतात, तेव्हां त्यांनीं आपल्या गरीब शेतकरी बांधवांस मोलमजुरी देऊन पोसावें, असें कसें, होईल बरें? अशा चोहोंकडून अडचणींत पडलेल्या बहुतेक शेतकऱ्यांस आपलीं उघडीं नागडीं मुलें शाळेंत पाठविण्याची सवड होत नाहीं व हें सर्व आमच्या दूरदृष्टी सरकारी कामगारांस पक्केपणीं माहीत असून ते सर्व अज्ञानी मुक्या शेतकऱ्यांस विद्या देण्याच्या मिषानें सरसकटीनें लाखों रुपये लोकलफंड गोळा करितात व त्यांपैकीं एक तृतियांश रक्कम नांवाला विद्याखातीं खर्चीं घालून कोठें कोठें तुरळक तुरळक शाळा घातल्या आहेत. त्या शाळेंत थोडीबहुत शेतकरी आपलीं मुलें पाठवितात. परंतु त्यांचे मुलांस शिकविणारे शिक्षक स्वत: शेतकरी नसल्यानें त्यांस असावी तशी आस्था असते काय? जे लोक आपल्या मतलबी धर्माच्या बडिवारामुळें शेतकऱ्यास नीच मानून सर्वकाळ स्नानसंध्या व सोंवळेचाव करणारे, त्यांजपासून शेतकऱ्याचे मुलांस यथाकाळी योग्य शिक्षण न मिळतां, ते जसेचे तसेच ठोंबे रहातात, यात नवल नाहीं. कारण आजपावेतों शेतकऱ्यांपासून वसूल केलेल्या लोकलफंडाचे मानानें शेतकऱ्यांपैकी कांही सरकारी कामगार झाले आहेत काय? व तसें घडून आलें असल्यास ते कोणकोणत्या खात्यांत कोणकोणत्या हुद्यांचीं कामें करीत आहेत, याविषयीं आमचे वाकबगार शाळाखात्यांतील डिरेक्टरसाहेबांनीं

नांवनिशीवार पत्रक तयार करून सरकारी ग्याझिटांत छापून प्रसिद्ध केल्यास, शेतकरी आपले मायबाप सरकारास मोठ्या उल्हासानें जेव्हां दुवा देतील, तेव्हां सरकारी ग्याझिटियर मायबापांचे डोळे उघडतील. कारण खेड्यापाड्यांतून जेवढे म्हणून शिक्षक असतात, ते सर्व बहुतकरून ब्राह्मण जातीचेच असतात. त्यांचा पगार आठबारा रुपयांचे वरतीं नसतो. व ज्यांची योग्यता पुण्यासारख्या शहरांत चारसहा रुपयांचे वरतीं नसते, असले पोटार्थी अविद्वान ब्राह्मण शिक्षक, आपला मतलबी धर्म व कृत्रिमी जात्याभिमान मनांत दृढ धरून, शेतकऱ्यांचे मुलांस शाळेंत शिकवतां शिकवतां उघड रितीनें उपदेश करितात कीं, "तुम्हांला विद्या शिकून कारकुनांच्या जागा न मिळाल्यास आम्हासारखीं पंचांगें हातीं घेऊन घरोघर भिक्षा का मागावयाच्या आहेत?"

अशा अज्ञानी शेतकऱ्यांच्या शेतांची दर तीस वर्षांनी पैमाष करितांना, आमचे धर्मशील सरकारचे डोळे झाकून प्रार्थना करणारे युरोपीयन कामगार, शेतकऱ्यांचे बोडक्यावर थोडीतरी पट्टी वाढविल्याशिवाय शेवटी 'आमेन' ची आरती म्हणून आपल्या कंबरा सोडीत नाहीत. परंतु सदाचें काम चालू असतां शिकारीचे शोकी युरोपीयन कामगार ऐषाआराम व ख्यालीखुशालींत गुंग असल्यामुळें त्यांचे हाताखालेचे धूर्त ब्राह्मण कामगार अज्ञानी शेतकऱ्यास थोडे का नागवितात? व युरोपीयन कामगार त्यांजवर बारीक नजर ठेवितात काय?

जेव्हां अज्ञांनी व मूढ शेतकऱ्यांत आपसांत शेताच्या बांधाबद्दल किंवा समाईक विहिरीवर असलेल्या भाऊबंदीच्या पाणपाळीसंबंधीं थोडीशी कुरबुर होऊन मारामारीं झाली कीं, कळीचे नारद भटकुळकरणीं यांनीं दोन्हीं पक्षांतील शेतकऱ्यांचे आळींनी जाऊन त्यांस निरनिराळे प्रकारचे उपदेश करून, दुसरे दिवशीं त्यापैकीं एक पक्षास भर देऊन त्यांचे नांवाचा अर्ज तयार करून त्यास मामलेदाराकडे पाठवितात. पुढे प्रतिवादी व साक्षीदार हे, समन्स घेऊन आलेल्या पट्टेवाल्यास बरोबर घेऊन आपआपलीं समन्सें रुजूं करण्याकरितां कुळकरण्यांचे वाड्यांत येतात व त्यांचीं

समन्से रुजूं करून शिपायास दरवाज्याबाहेर घालवितांच दोन्ही पक्षकारांस पृथक पृथक एके बाजूला नेऊन सांगावयाचें कीं, “तुम्ही अमक्या व तुम्ही तमक्या वेळीं मला एकांतीं येऊन भेटा, म्हणजे त्याविषयीं एखादी उत्तम तोड काढूं”. नंतर नेमलेल्या वेळीं वादी व त्याचे पक्षकार घरीं आल्यावर त्यास असें सांगावयाचें कीं, “तुम्ही फार तर काय परंतु अमुक रकमेपर्यंत मन मोठें कराल तर मामलेदारसाहेबांचे फडनविसांस सांगून तुमचे प्रतिवादीस कांहींना कांहीं तरी सजा देववितों. कारण ते केवळ फडनविसाचे हातांत आहेत. मी बोलल्याप्रमाणें कांहींच घडून न आणल्यास, मी तुमची रक्कम त्याजपासून परत घेऊन तुम्हास देईन व माझे श्रमांबद्दल बहिरोबा तुम्हास जी बुद्धि देईल तेंच द्या किंवा काहींच दिलें नाहीं तरी चिंता नाहीं. माझी काहीं त्याविषयी तक्रार नाहीं. तुम्हांला यश आलें म्हणजे आम्ही सर्व मिळविलें.” नंतर प्रतिवादीचे पक्षकाराकडून वादीचे दुपटीनें व आपले श्रमांबद्दल कांहीं मिळून रक्कम घेऊन त्याजबरोबर असा करार करावयाचा कीं, “मी सांगतों तशी तुम्ही तकरार देऊन त्याबद्दल दोनतीन बनावट साक्षीदार द्या, म्हणजे फडनविसास सांगून तुमच्या केसासही धक्का लागूं देणार नाहीं कारण त्याचें वजन मामलेदारसाहेबावर कसें काय आहे, हें तुम्हाला ठावुकच आहे व आतां मीं तुम्हाबरोबर करार केल्याप्रमाणें तुमचें काम फत्ते न झाल्यास त्याच दिवशीं तुमची रक्कम त्याजपासून परत आणून तुमची तुम्हांसदेईन. परंतु माझे श्रमाबद्दलचे घेतलेल्या रुपयांतून तुम्हांस एक कवडी परत करणार नाहीं, हे मी आतांच सांगतो; नाहींतर अशा खटपटीवांचून माझी कांहीं चूल अडली नाहीं” नंतर मामलेदार कचेरींतील ब्राह्मणकामगार अक्षरशून्य अशा वादीप्रतिवादींच्या व त्यांच्या साक्षीदारांच्या जबान्या घेतेवेळीं, ज्या पक्षकारांकडून त्यांची मूठ गार झाली असेल, त्यांच्या जबान्या घेतेवेळी, त्यांस कांहीं सूचक प्रश्न घालून अनुकूल जबान्या तयांर करितात. परंतु ज्या पक्षकारांकडून त्यांचा हात नीट ओला झाला नसेल, त्यांच्या जबान्या लिंहितेवेळीं त्यामध्यें एकंदर सर्व मुद्दे मागेपुढें करून अशा तयार करितात कीं, यांजपासून वाचणाराच्या किंवा ऐकणाऱ्यांच्या मनांत त्या कज्याचें वास्तविक स्वरूप न येतां, त्यांचा समज त्यांविरुद्ध होईल. कित्येक

ब्राह्मण कारकून अज्ञान शेतकऱ्यांच्या जबान्या लिहितांना त्यातील कांहीं मुद्यांचीं कलमें अजिबात गाळून टाकितात. कित्येक ब्राह्मणकामगार शेतकऱ्यांच्या जबान्या आपल्या घरीं नेऊन रात्रीं दुसऱ्या जबान्या तयार करून सरकारी दप्तरांत आणून ठेवितात. असें असेल तर एखादा नि:पक्षपाती जरी अम्मलदार असला, तरी त्याच्या हातूनही अन्याय होण्याचा संभव आहे. यापुढें खिसे चापसणाऱ्या बगलेवकिलांनीं भरीस घातल्यावरून त्यांनीं युरोपियन कलेक्टराकडे अपीलें केल्यावर कलेक्टरांच्या शिरस्तेदारांच्या, ज्या पक्षकाराकडून मुठी गार होतील, त्याप्रमाणें त्यांच्या अर्जीच्या जबानीच्या सुनावण्या कलेक्टरपुढें करितात व त्या वेळीं यांतील बहुतेक मारु मुद्दे वाचतां वाचतां गाळन कलेक्टराचे मुखांतून शुद्ध सोनेरी वाक्यें "टुमची टकरार टरकटी आहे" बाहेर पडून आपले वतीनें निकाल करून घेण्याचें संधान न साधल्यास, शिरस्तेदार त्यांचे प्रकरणावर आपले मर्जीप्रमाणें गिचमीड मराठी लिहून साहेबबहादूर संध्याकाळीं आपल्या मॅडम साहेबाबरोबर हवा खाण्यास जाण्याचे धांदलींत, अगर मराठी नीट समजणारा एखादा दंडुक्या साहेब असल्यास तो आदले दिवशीं कोठें मेजवानीस जाऊन जागलेला असल्यामुळें दुसरे दिवशीं सुस्त व झोपेच्या गुंगींत असतां, किंवा शिकारीस जाण्याचे गडबडींत तेथें जाऊन, पूर्वी त्यांनीं जसे शेरे सांगितले असतील, त्याप्रमाणें हुबेहूब वाचून दाखवून त्याच्या सह्या त्या प्रकरणावर सहज घेतात.

कित्येक तिरसट कलेक्टरांचे पुढें धूर्त शिरस्तेदाराची मात्रा चालत नसल्यास ते कांहीं आडमूठ अक्षरशून्य शेतकऱ्यांचीं प्रकरणें मुख्य सदर स्टेशनच्या ठिकाणी तयार न करितां त्यास गांवोगांव कलेक्टराचे स्वारीमागे पायाला पाने बांधून शिळे तुकडे खात खात फिरावयास लावून त्याचीं हाडे खिळखिळीं करून मस्ती जिरवितात. व कित्येक निवळ अज्ञानी सेतकऱ्यांच्या अर्ज्या फैलास एकदोन दिवस न लावतां, त्यांच्या प्रतिपक्षा कडून कांहीं चिरीमिरी मिळाल्यास त्या मुळींच गाळून टाकितात. अखेरीस दोन्ही पक्षांपैकीं जास्ती पैसा खर्च करणाऱ्या

पक्षास जेव्हां जय मिळतो, तेव्हां एकंदर सर्व गांवकरी लोकांत चुरस उत्पन्न होऊन गावांत दोन तट पडतात. नंतर पोळ्याचे दिवशीं बैलाची उजवी बाजू व होळीस अर्धी पोळी कोणी द्यावी, यासंबंधी दोन्ही तटांमध्यें मोठमोठ्या हाणामाऱ्या होऊन त्यांतून कित्येकांचीं डोकीं फुटून जखमा जाल्याबरोबर भट (एकंदर सर्व फौजदारी, दिवाणी वगैरे कज्जे अज्ञानी शेतकऱ्यांना उपस्थित करण्याचे कामीं कज्जाचे तळाशीं हे कळीचे नारद नाहींत असे फारच थोडे कज्जे सांपडतील) कुळकर्णी दोन्ही तटवाल्यांस वरकांति शाबासक्या देऊन, आंतून पोंचट पोलिसपाटलास हातांत घेऊन तालुक्यांतील मुख्य पोलिस भुतावळास जागृत करितात. तेव्हां तेथून, आंतून काच्यांनीं पोटे आवळून वरून काळ्या पिवळ्या पाटलोनी व बूट डगल्यापगड्यांनीं सुशोभित होऊन, हातीं रंगीबेरंगी टिकोरीं घेतलेल्या बुभुक्षित शिपायांच्या पाठीमागें धापा देत एक दोन झिंगलेले आडमूठहवालदार व जमादार बगलेंत बोथलेल्या तरवारी घेऊन प्रथम गावांत येतांच महार व पोलीसपाटील यांस मदत घेऊन व एकंदर गावांतील दोन्ही पक्षांतील लोकांस पकडून आणून चावडीवर कैद करितात व पहारेकऱ्याशिवाय बाकी सर्व शिपायी व अम्मलदार अज्ञानी पाटीलसाहेबांचे मदतीनें, मारवाड्याच्या दुकानांतून मन मानेल त्या भावाने व मापाने सिधासामुग्री घेऊन चावडीवर परत येतां, दारूच्या पिठ्यांत कोणी मेजवान्या दिल्यास, ऐन गुंगीच्या नादांत जेवून गार झाल्यानंतर, थोडीशी डामडौली पूसतपास करून त्यांच्या त्या सर्व कैदी लोकांस मुख्य ठाण्यांत आणून फौजदारासमोर उभे करून त्याच्या हुकुमाप्रमाणे त्याची पक्की चौकशी होईतोंपावेतो त्यास कच्चे कैदेत ठेवितात. यापुढे कैदी शेतकऱ्यांच्या घरचीं माणसे आपापल्या बायका-मुलाबाळांच्या अंगावरील किडूकमिडूक मोडून आणलेल्या रकमा फौजदारकचेरींतील कामगारांची समजूत करण्याचे भरीस कसकशा घालितांत, त्यापैकीं कांहीं मासले येथे दाखवितों. जर एखाद्या पक्षांतील लोकांस जास्ती मोठाल्या जखमा झाल्या असल्यास धूर्त कामगार, कुळकर्ण्याचेद्वारें दुसऱ्या पक्षाकडून कांहीं रकमा घेवून त्यांच्या त्या सर्व जखमा बऱ्या होऊन त्यांचा मागमुद्दा मोडेतोंपावेतों तीं प्रकरणें तयार करून

माजिस्त्रेटसाहेबाकडे पाठविण्यास विलंब लावतात. कधीं कधीं धूर्त कामगारांच्या मुठी गार झाल्यास ते दुसऱ्या पक्षांतील मुद्याचे साक्षीदारांनीं त्यांच्या खटल्यांत साक्षीच देऊं नये म्हणून त्यांच्या सावकारास भिडा घालितात. ते कधीं कधीं मुद्याचे साक्षिदारांनीं आपलीं सामानें रुजू करण्याचे पूर्वी त्यास कुळकर्ण्याचेमार्फत नानातऱ्हेच्या धाकधमक्या देऊन त्यास भलत्या एखाद्या दूर परगांवीं पळवून लावितात. त्यांतून कांहीं आडमूठ अज्ञानी शेतकऱ्यांनीं कुळकर्ण्याचेद्वारें ब्राह्मणकामगारांच्या सूचनांचा अव्हेर करून आपल्या आपल्या साक्षी देण्याकरितां कचेरींत आल्यास, एक तर ते अक्षरशून्य असल्यामुळें त्यांच्या स्मरणशक्त्या धड नसतात व दुसरें त्यांस मागच्यापुढच्या सवालांचा संदर्भ जुळून जबान्या देण्याची स्फूर्ति नसते, यामुळें त्यांच्या जबान्या घेतेवेळीं धूर्त कमगार त्यांस इतके घाबरे करितात कीं, त्यास "दे माय धरणी ठाव" होतो. ते कधीं कधीं अज्ञानी शेतकऱ्यांच्या जबान्या घेतांना त्यांच्या नानाप्रकारच्या चाळकचेष्टा करून त्यांस इतके घाबरे करितात कीं, त्यांनीं खरोखर जे कांहीं डोळ्यांनीं पाहिलें व कानांनीं ऐकलें असेल, त्याविषयीं इत्थंभूत साक्ष देण्याची त्यांची छातीच होत नाहीं. याशिवाय कित्येक धाडस कामगारांचे हातावर भक्कम दक्षिणा पडल्या कीं, ते कुळकर्ण्यांचे साहयानें कायद्याचे धोरणाप्रमाणें नानाप्रकारचे बनाऊ पुरावे व साक्षिदार तयार करवून मन मानेल त्या त्या अज्ञानी शेतकऱ्यास दंड अथवा ठेपा करवितात. त्या वेळीं त्या सर्वांजवळ दंड भरण्यापुरत्या रकमा नसल्यामुळें त्यांपैकीं बहुतेक शेतकरी, आपले इष्टमित्र, सोयरेधायऱ्यांपासून उसन्या रकमा घेऊन दंडाच्या भरीस चालून घरोघर आल्याबरोबर, उसन्या रकमा घेतलेल्या ज्यांच्या त्यांस परत देऊन इतर ठेपा झालेल्या मंडळीस तुरुंगातून सोडविण्याकरितां अपिलें लावण्यापुरत्या रकमा सावकारापाशीं कर्ज मागूं लागल्यास आमच्या सरकारच्या पक्षपाती शेतकऱ्यांचे कायद्यामुळे शेतकऱ्यास कोणी अब्रूवाले सावकार आपल्या दाराशीं उभेसुद्धां करीत नाहींत. कारण आपले पदरचे पैसे शेतकऱ्यास कर्जाऊ देऊन, त्यानंतर निवाडे करून घेतेवेळीं खिसे चापसणाऱ्या आडमूठ शूद्रा बेलिफांच्या समजुती काढून सामानें रुजूं करून

आणलेल्या अज्ञानी शेतकऱ्यांसमक्ष भर कोडतांत सावकारास फजिती करून घ्यावी लागते. कित्येक तरूण गृहस्थांनीं नानाप्रकारचीं कायदेपुस्तकें राघूसारखी तोंडपाठ केल्यामुळें त्यांच्या परीक्षा उतरतांच आमचें भोळसर सरकार त्यांस मोठमोठ्या टोलेजंग न्यायाधिशांच्या जागा देतें. परंतु हे लोक आपल्या सार्वजनिक मूळ महत्त्वाचा बांधवी संबंध तोडून, आपण येथील भूदेवाचे औरस वारसपुत्र बनून कोडतांत एकंदर सर्व परजातींतील वयोवृद्ध, वडील दुबळ्या गृहस्थांस तुच्छ मानून त्यांची हेळसांड करितात. प्रथम हे सरकारी रिवाजाप्रमाणें एकंदर सर्व साक्षीदार वगैरे लोकांस कोडतांत दहा वाजतां हजर होण्यास सामानें करून आपण सुमारें बारा वाजतां कोडतांत येऊन, तेथील एखादे खोलींत तास अर्धा तास उताणे पालथे पडून नंतर डोळे पुशीत बाहेर चौरंगावरील खुर्चीच्या आसनावर येऊन बसल्याबरोबर, खिशांतील पानपट्टी तोंडांत घालून माकडाचे परी दांत विचकून चावतां चावतां पायावर पाय ठेवून, पाकेटांतील डब्या बाहेर काढून तपकिरीचे फस्के नाकांत ठासतां खालीं बसलेल्या मंडळीवर थोडीशी वांकडी नजर टाकून डोळे झांकीत आहेत, इतक्यांत तांबडी पगडी, काळी डगलीं, पाटलोणबुटांनीं चष्क बनून आलेल्या प्लीडरवकिलांनीं त्यांच्यापुढे उभे राहून मिशांवर ताव देऊन "युवर आनर" म्हणण्याची चोपदारी ललकारी ठोकल्याबरोबर हे भूदेव जज्जसाहेब, आपल्या पोटावर हात फिरवून आपले जातभाऊ वकिलास विचारतात कीं, "तुमचें काय बोलणें आहे?" यावरून वकिलसाहेब आपल्या खिशांत हात घालून म्हणतात कीं, "आज एका खुनी खटल्याच्या संबंधानें आम्हांस सेशनांत हाजर होणे आहे. सबब आपण मेहेरबान होऊन आमचे मार्फतचे येथील कज्जे आज तहकूब ठेवावेत." हें म्हणताच न्यायाधिशांनीं माना हलवून गुढ्या दिल्याबरोबर वकीलसाहेब गाड्याघोड्यावर स्वार होऊन आपला रस्ता धरितांच न्यायाधीश आपल्या कामाची सुरवात करितात. याविषयीं येथे थोडेसे नमुन्याकरितां घेतों. कित्येक भूदेव न्यायाधिश आपल्या ऊंच जातीच्या तोऱ्यांत किंवा कालच्या ताज्या अमलाच्या झोकात, न्याय करितांना, बाकी सर्व जातींतील बहुतेक लोकांबरोबर अरेतुरेशिवाय भाषणच करीत नाहींत. कित्येक अक्कडबाज गृहस्थांनीं कोडतांत

आल्याबरोबर या राजबिंड्या भूदेवास लवून मुजरे केले नाहींत तर त्यांच्या जबान्या घेतेवेळीं त्यांस निरर्थक छळितात. तशांत ब्राह्मणी धर्माच्या विरुद्ध एखाद्या ठिकाणीं समाज उपस्थित होऊन त्यास सामील असणाऱ्यांपैकीं थोर गृहस्थास कोडतांत हजर उपस्थित होऊन त्यास सामील असणाऱ्यांपैकीं थोर गृहस्थास कोडतांत हजर होण्यास थोडासा अवेळ झाला कीं, त्यांचा सूड (येथे सुधारणा करणाऱ्या लोकांनीं सरकारच्या नांवाने कां शिमगा करावा?) उगविण्याकरितां त्यांच्या श्रीमंतीची अथवा त्याच्या वयोवृद्धपणाची काडीमात्र परवा म करितां, त्यांची भर कोडतांत जबान्या घेतेवेळीं रेवडी रेवडी करून सोडितात. त्यांतून हे भूदेव बौद्धधर्मी मारवाड्यांची फटफजिती व पट्टाधूळ कसकशी उडवितात, हें जगजहिर आहेच. कधीं कधीं ह्या छद्नी भूदेवाच्या डोक्यांत वादीप्रतिवादींच्या बोलण्याचा भावार्थ बरोबर शिरेनासा झाला, म्हणजे हे स्नानसंध्याशील, श्वानासारखे चवताळून त्याच्या हृदयाला कठोर शब्दांनीं चावे घेतात. ते असे कीं- “तू बेवकूब आहेस, तुला वीस फटके मारून एक मोजावा. तू लालतोंड्याचा भाऊ तीनशेंड्या मोठा लुच्चा आहेस.” त्यावर त्यांनीं कांहीं हूं चूं केल्यास त्या गरिबाचे दावे रद्द करितात. इतकेच नव्हे परंतु या खुनशी न्यायाधिशांच्या तबेती गेल्या कीं, सर्व त्यांच्या जबान्या घरीं नेऊन त्यांतील कांहीं मुद्यांचीं कलमें गाळून त्याऐवजीं दुसऱ्या ताज्या जबान्या तयार करवून, त्यावर मन मानेल तसे निवाडे देत नसतील काय? कारण हल्लीं कोणत्याही जबान्यांवर, जबान्या लिहून देणारांच्या सह्या अथवा निशाण्या करून घेण्याची वहिवाट अजी काढून टाकली आहे. सारांश, बहुतेक भूदेवन्यायाधीश मन मानेल तसे घाशीराम कोतवालासारखे निवाडे करूं लागल्यामुळें कित्येक खानदान चालीच्या सभ्य सावकारांनीं आपला देवघेवीचा व्यापार बंद केला आहे. तथापि बहुतेक ब्रह्मण व मारवाडी सावकार सदरचे अपमानाचा विधिनिषेध मनांत न आणितां कित्येक अक्षरशून्य शेतकऱ्यांबरोबर देवघेवी करितात. त्या अशा कीं, प्रथम ते, अडचणींत पडलेल्या शेतकऱ्यांस फुटकी कवडी न देतां, त्याजपासून लिहून घेतलेल्या कर्जरोख्यांवरून त्याजवर सरकारी खात्यांतून हद्दपार झालेल्या

खंगार पेनशनर्स लोकांनीं सुशोभित केलेल्या लवादकोर्टांत हुकुमनामें करून घेऊन नंतर व्याजमनुती कापून घेऊन बाकीच्या रकमा त्यांच्या पदरांत टाकितात. हल्लीं कित्येक ब्राह्मण व मारवाडी, सावकार नापतीच्या अक्षरशून्य शेतकऱ्यास सांगतात कीं, "सरकारी कायद्यामुळें तुम्हांला गहाणावर कर्जाऊ रुपये आम्हांस देता येत नाहींत, यास्तव तुम्ही जर आपलीं शेतें आम्हास खरेदी करून द्याल, तर आम्ही तुम्हास कर्ज देऊं व तुम्ही आमचे रुपयांची फेड केल्याबरोबर आम्ही तुमची शेतें परत खरेदी करून तुमच्या ताब्यात देऊं," म्हणून शपथा घेऊन बोल्या मात्र करितात, परंतु या सोंवळ्या व अहिंसक सावकरापासून कुटुंबवत्सल अज्ञानी भोळ्या शेतकऱ्यांची शेते क्वचितच परत मिळतात. याशिवाय हे अट्टल धर्मशील सावकार, अक्षरशून्य शेतकऱ्यांस नानातऱ्हेच्या बनावट जमाखर्चाच्या वह्यांसहित रोख्यांचे पुरावे देऊन फिर्यादी जेव्हां ब्राह्मण मुनसफांच्या कोर्टांत आणितात, तेव्हां अज्ञानी शेतकरी आपणास खरे न्याय मिळावेत म्हणून आपले डागडागिने मोडून, पाहिजे तितक्या रकमा कज्जाच्या भरीस घालतात. परंतु त्यांस त्यांचे जातीचे विद्वान वशिले व खरी मसलत देणारे सूज्ञ गृहस्थ वकील नसल्यामुळे अखेर त्यावरच उलटे हुकुमनामे होतात तेव्हां ते विचारशून्य, चार पोटबाबू बगलेवकिलांचे फुसलावण्यावरून आपल्या बरोबर न्याय मिळतील या आशेने वरिष्ठ कोडतांत अपिले करितात; परंतु वरिष्ठ कोडतांतील बहुतेक युरोपियन कामगार ऐषआरामांत गुंग असल्यामुळें अज्ञानी शेतकऱ्यांस एकंदर सर्व सरकारी खात्यांतील ब्राह्मणकामगार किती नाडितात, याविषयीं येथें थोडेसे मासलेवाईक नमुने घेतों, ते येणेंप्रमाणें:-प्रथम धूर्त वकील अज्ञानी शेतकऱ्यापासून स्टांपकागदावर वकीलपत्रें व बक्षिसादाखल कर्जाऊ रोखे लिहून घेतांच त्यांजपासून सरकार व मूळ फिर्यादीकरितां स्टांप वगैरे किरकोळ खर्चाकरितां अगाऊ रोख पैसे घेतात. नंतर कित्येक धूर्त वकील, शिरस्तेदारांचे पाळीव रांडांचे घरीं शिरस्तेदारसाहेबांचे समोर त्यांचीं गाणीं करवून त्यांस शेतकऱ्यांपासून कांहीं रकमा देववितात.

अज्ञानी शेतकऱ्यांपासून आडवून लांच खाणाऱ्या सरकारी कामगारास व लाचार झाल्यामुळें लांच देणाऱ्या अक्षरशून्य शेतकऱ्यांस कायदेशीर शिक्षा मिळते. हत्यारबंद पोलिसांच्या उरावर दरवडे घालणाऱ्या भट फडक्या रामोशास व लाचार झाल्यामुळें फडक्याबरोबर त्याच्या पातीदार भावास शिळेपाके भाकरीचे तुकडे देणाऱ्या भित्र्या शस्त्रहीन कंगाल शेतकऱ्यांचे बोडक्यावर जशी कायदेशीर पोलीसखर्चाची रक्कम लादली जाते, व शेतकऱ्यांचे घरांत चोऱ्या करणाऱ्या सर्व जातींच्या चोरट्यांस जशी कायदेशीर शिक्षा मिळते, त्याचप्रमाणें जे शेतकरी आपल्या पहिल्या झोपेच्या भरांत असतां त्यांच्या घरांत चोरांनीं चोऱ्या केल्या असतां त्या शेतकऱ्यांसही कायदेशीर शिक्षां का नसावी ?! एवढा कायदा मात्र आमचे कायदेकौन्सिलांनीं करून एकंदर सर्व पोंचट पोलिसांचा गळा मोकळा केल्याबरोबर आमचे न्यायशील सरकारचे स्वर्गाजवळच्या सिमल्यास घंटानाद होईल.

कित्येक कमिंष्ठ ब्राह्मणकामगार आपल्या जातींतील पुराणिकाला व कथेकऱ्याला, कित्येक अज्ञानी सधन शेतकऱ्यांपासून देणग्या देववितात. कित्येक धोरणी धूर्त, अज्ञानी भोळ्या सधन शेतकऱ्यांस गांठून त्यांजपासून राधाकृष्णाची नवी देवळें गांवोगावीं बांधवून, कांहीं जुन्या देवळांचा जीर्णोद्धार करवितात व त्यांजकडून उद्यापनाचे निमित्तानें मोठमोठालीं ब्राह्मणभोजनें काढितात. कित्येक धूर्त कामगार युरोपियन कामगारांच्या नजरा चुकवून एकंदर सर्व अज्ञानी शेतकऱ्यांस नानाप्रकारचे त्रास देतात व त्याबद्दल शेतकरी लोक आंतले आंत त्यांचे नांवानें खडे फोडीत असतांही त्यांनीं (कामगारांनीं) युरोपियन कामगारांचे पुढें पुढें रात्रंदिवस चोंबडक्या केल्या कीं, ते त्यांचेबद्दल उलट्या सरकारांत शिफारशी करून त्यांच्या बढत्या करवितात. त्यांतून बहुतेक युरोपियन कामगारांस दहावीस मिनिटें अस्खलित मराठी भाषण करण्याची केवढी मारामार पडते आणि अशा “टूमी आमी” करणाऱ्या युरोपियन कामगारांस सातारकर छत्रपती महाराज, हिम्मतबहादर, सरलष्कर, निंबाळकर, घाटगे, मोहिते, दाभाडे,

घोरपडे वगैरे शेतकरी (A Sepoy Revolt by Henry Mead, page 217. या लोकांपेक्षा, सरकारावर आपले चरितार्थाचा बोजा कोणत्याही प्रकारें न टाकतां स्वतंत्र रीतीनें उद्योगधंदा करून अनेक प्रसंगी आपला मौल्यवान वेळ खर्च करून लोककल्याणाचीं कामें झटून करणारे लोकांस सरकारनें विशेष मान देणें हें रास्त आहे. नाहींपेक्षां आपल्यांत जी प्रसिद्ध म्हण आहे "मेहेनती दिलगीर आणि चोरटे खुशाल", त्या म्हणीप्रमाणें न्याय होणार आहे.) जहामर्दांची खासगत सोजरी भाषणांतील सर्व गाऱ्हाणी शिस्तवार समजून घेऊन त्यांचे परिहार ते कसे करीत असतील, तें देव जाणे ! कित्येक धूर्त ब्राह्मणकामगार आपल्या धोरणांनें सदा सर्वकाळ वागूं लागतील, वा इराद्यानें ते जिल्ह्यांतील कित्येक कुटाळ असून वाचाळ भटब्राह्मणांस पुढें करून त्यांचे हातून जागोजाग मोठाले जंगी समाज उपस्थित करवितात व आंतून आपण अन्य रीतीनें शूद्रांतील शेतकरी, गवतवाले, लाकडवाले, कंट्र्याक्टर, पेनशनर्स व इस्टेटवाले गृहस्थांकडे आपलें वजन ते भिडा खर्ची घालून त्यास पाहिजेल त्या समाजात सभासद करवितात. कित्येक युरोपियन कामगारांच्या कांहीं घरगुती नाजूक कामास मदत देण्याचे उपयोगी ब्राह्मण शिरस्तेदार पडले कीं, युरोपियन कामगार त्यांच्याविषयीं सरकारांत शिफारशी करून त्यांस रावसाहेबांच्या पदव्या देववितात आणि सदरचे युरोपियन कामगारांच्या जेव्हां दुसऱ्या जिल्ह्यांत बदल्या होतात, तेव्हां हे तोंडपुजे रावसाहेब मनास येतील तशीं मानपत्रें तयार करून, त्यांवर शहरांतील चार पोकळ प्रतिष्ठा मिरविणाऱ्या अज्ञानी, सधन कुणब्या माळ्यांच्या व तेल्यातांबळ्यांच्या मोडक्यातोडक्या सह्या भरतीला घेऊन भलत्या एखाद्या अक्षरशून्य शूद्र कंट्र्याक्टरांच्या टोलेजंग दिवाणखान्यांत मोठमोठ्या सभा करून त्यांमध्यें त्यांस हीं मनपत्रे देतात. सारांश अस्मानीसुलतानीमुळें पडलेल्या दुष्काळापासून, तसेंच टोळांच्या तडाक्यापासून होणारें नुकसान केव्हांतरी भरून येते, परंतु एकंदर सर्व लहानमोठ्या सरकारी खात्यांत बहुतेक युरोपिअन कामगार ऐषाआरामांत गुंग असल्यामुळें, त्या सर्व खात्यांत भट पडून, ते कोंकणांतील ब्राह्मण खोतासारखे येथील सर्व अक्षरशून्य शेतकऱ्यांचें जें नुकसान करितात, तें कधींही भरून

येण्याची आशा नसते. या सर्वांविषयीं कच्च्या हकीकती लिहूं गेल्यास त्यांची “मिस्तरीज ऑफ दि कोर्ट ऑफ लंडन” सारखीं पुस्तकें होतील. व ही अज्ञानी शेतकऱ्यांची झालेली दैन्यवाणी स्थिती जेव्हां ख्रिस्ति लोकांस पहावेनां, तेव्हां त्यांनी युनायटेड ग्रेट ब्रिटनांत येथील विद्‌याखत्याचे नांवानें शिमग्याचा संस्कार सुरू केला. त्यावरून येथील कांहीं सभ्यसद्‌ग्रहस्थांसहित कित्येक बडे सरदार लोकांनी हिंदुस्थानांतील विद्‌याखात्याकडील मुख्य अधिकाऱ्यांची थोडीशी पट्टाधूळ झाडण्याची सुरुवात केली, कोठें न केली, तोंच मायाळू गव्हरनर जनरलसाहेबांनीं येथील विद्‌याखात्याविषयीं पक्की चौकशी करण्याकरितां चारपांच थोर थोर विद्‌वान गृहस्थांची कमिटी स्थापून त्यामध्यें मे. हंटरसाहेब मुख्य सभानायक स्थापतांच त्यांनीं आपल्या साथीदारांस बरोबर घेऊन “निमरॉड” शिकाऱ्यासारखे तिन्ही प्रेसिडेन्सींत आगगाड्यांतून मोठी पायपिटी केली, परंतु त्यांनी येथील एकंदर सर्व शुद्रादि अतिशूद्र शेतकरी अक्षरशत्रु असल्यामुळे ते कोणकोणत्या प्रकारच्या विपत्तींत संकटे भोगीत आहेत, याविषयीं बारीक शोध काढण्याविषयी शेतकऱ्यांचे घाणेरड्या झोपड्यात स्वत: जावून तेथे आपल्या नाकाला थोडासा पदर लावून तेथील त्यांचें वास्तविक दैन्य चांगले डोळे पसरून पाहून तेथील भलत्याएखाद्‌या अक्षरशून्य, लंगोट्या शेतकऱ्याची साक्षी न घेतां हिंदु, पारशी, ख्रिस्ति, धर्मांतील बहुतेक सुवाष्ण ब्राह्मणांच्या साक्षी घेण्यामध्ये रंग उडकिण्याची बहार करून जागोजागची मानपत्र बगलेत मारून अखेरीस आपली पायधूळ कलकत्त्याकडे झाडली आहे खरी, परंतु त्यांच्या रिपोर्टापासून अज्ञानी शेतकऱ्यांचा योग्य फायदा होईल, असे आम्हांला अनुमान करितां येत नाहीं. तात्पर्य मे. हंटरसाहेब यांनीं, आमचे महाप्रतापी गव्हरनर जनरल साहेबमहाराजांस निरापेक्ष मे. टक्कर (साल्वेशन आर्मीचे) साहेबासारख्या धूर्त लोकांशीं टक्कर मारण्याकरितां आपल्या कामाचा राजीनामा देऊन स्वत: दीन-दुबळ्या अज्ञानी शेतकऱ्यांचे आळोआळीनें खटाऱ्यांत बसून त्यांस अज्ञानांध:कारांतून मुक्त करण्याचे खटाटोपीचा प्रसंग आणला नाहीं. म्हणजे त्यांच्या (हंटरसाहेबांच्या) नौबतीचा डंका वाजेल; व त्याचा आवाज पाताळच्या **प्रजासत्ताक राज्याच्या**

प्रतिनिधींच्या कानीं पडतांच त्यांचे डोळे उघडून त्यांच्या अंतःकरणांत आमचे दीनबंधु काळे लोक "रेड इंडियन्स" यांजविषयीं दया उदभवेल.

या प्रकरणांत एकंदर सरकारी ब्राह्मण नोकरांविषयीं लिहिलेल्या मजकुराबद्दल पुरावा पाहिजे असल्यास ठिकठिकाणीं आजपर्यंत लांच खाल्याबद्दल किंवा खोट्या लिहिण्याबद्दल वगैरे अशा प्रकारच्या गुन्ह्यांवरून शिक्षा झालेल्या व त्याविषयीं फिर्यादी झालेल्या आहेत, त्या पहाव्या म्हणजे सहज सांपडेल.

प्रकरण ३ रें

आर्य ब्राह्मण इराणांतून कसे आले व शूद्र शेतकरी यांची मूळ पीठिका व हल्लींचें आमचें सरकार, एकंदर सर्व आपले कामगारांस मन मानेल तसे पगार व पेनशनें देण्याचे इराद्यानें नानाप्रकारचे नित्य नवे कर शेतकऱ्यांचे बोडक्यावर बसवून, त्यांचें द्रव्य मोठ्या हिकमतीनें गोळा करूं लागल्यामुळें शेतकरी अट्टल कर्जबाजारी झाले आहेत.

या सर्व अगम्य. अतर्क्य आकाशमय विस्तीर्ण पोकळींत नानाप्रकारचे तत्त्वांच्या संयोगवियोगानें अगणित सूर्यमंडळें त्यांच्या उपग्रहासह निर्माण होऊन लयास जात आहेत. त्याचप्रमाणें हरएक उपग्रह आपापल्या प्रमुख सूर्याच्या अनुरोधानें भ्रमण करीत असतां एकमेकांच्या सान्निध्यसंयोगानुरूप या भूग्रहावरील एकाच मातापितरांपासून एक मुलगा मूर्ख आणि दुसरा मुलगा शहाणा असे विपरीत जन्मतात. तर यावरून मूर्खपणा अथवा शहाणपणा हे पिढीजादा आहेत, असें अनुमान करितां येत नाहीं. तसेंच स्त्रीपुरुषाचा समागम होण्याचे वेळीं त्या उभयतांचे कफवातादि दोषात्मक प्रकृतीच्या मानाप्रमाणें व त्या वेळेस त्यांच्या मनावर सत्वरजादि त्रिगुणांपैकीं ज्या गुणांचें प्राबल्य असतें, त्या गुणांच्या महत्त्वप्रमाणानें गर्भपिंडाची धारणा होते. म्हणूनच एका आईबापाचे पोटीं अनेक मुलें भिन्न प्रकृतीचीं व स्वभावाचीं जन्मतात. असें जर न म्हणावें, तर इंग्लंडांतील प्रख्यात गृहस्थांपैकीं **टामस पेन** व अमेरिकन शेतकऱ्यांपैकीं **जार्ज वॉशिंगटन** या उभयतांनीं शहाणपणा व शौर्य हीं पिढीजादा आहेत म्हणून म्हणणाऱ्या ख्यालीखुशाली राजेरजवाड्यांस आपआपले कृतीनें लाजविलें असतें काय? शिवाय कित्येक अज्ञानी काळे शिपायी केवळ पोटासाठीं कोर्ट मार्शलचे धाकानें काबूल व इजिप्टांतील जहामर्दाशीं सामना बांधून लढण्यामध्यें मर्दुमगिरी दाखवितात व त्याचप्रमाणें कित्येक अमेरिकेंतील समंजस विद्वानांपैकीं **पारकर व मेरियन**सारख्या कित्येकांनीं जन्मत; केवळ शेतकरी असूनही स्वदेशासाठीं

परशत्रूशीं नेट धरून लढण्यामध्यें शौर्य दाखविलेलीं उदाहरणें आपलेपुढें अनेक आहेत. यावरून जहांमर्दी अथवा नामर्दी पिढीजादा नसून ज्याच्या स्वभावजन्य व सांसर्गिक गुणावगुणांवर अवलंबून असते असेंच सिद्ध होतें. कारण जर हा सिद्धांत खोटा म्हणावा, तर एकंदर सर्व या भूमंडळावरील जेवढे म्हणून राजेरजवाडे व बादशहा पहावेत, त्यापैकीं कोणाचे मूळ पुरुष शिकारी, कोणाचे मेंढके, कोणाचे शेतकरी, कोणाचे मुल्लाने, कोणाचे खिजमतगार, कोणाचे कारकून, कोणाचे बंडखोर, कोणाचे लुटारू व कोणाचे मूळ पुरुष तर हद्दपार केलेले **राम्युलस** आणि **रीमस** आढळतात. त्यातून कोणाचाही मूळ पुरुष पिढीजादा बादशहा अथवा राजा सांपडत नाहीं. आतां डारविनच्या मताप्रमाणें, एकंदर सर्व सूर्यमंडळांतील ग्रहभ्रमणक्रमास अनुसरून वानर पशूजातीचा पालट होऊन त्यापासून नूतन व विजातीय मानवप्राणी झाले असावेत, म्हणून म्हणावें, तर ब्रह्मदेवाचे अवयवांपासून उत्पन्न झालेल्या सृष्टीक्रमानुमत्तास बाध येतो. यास्तव आतां आपण बौद्ध अथवा मताप्रमाणें **जुगलापासून** अथवा **डारविनच्या** मताप्रमाणें वानरापासून मानव स्त्रीपुरुष उत्पन्न झाले, अथवा ख्रिस्ति मताप्रमाणें देवाजीनें मृत्तिकेपासून (बायबल, उत्पत्ति, अ. १ ओ. २० व अ. २ ओ. ७.) मानव स्त्रीपुरुष उत्पन्न केले, अथवा आर्य ब्राह्मणांच्या मताप्रमाणें ब्राह्मणांच्या अवयवापासून चार (मनुसंहिता अ. १, श्लोक ३१.) जातीचे मानवी पुरुष मात्र निर्माण झाले असावेत. अशा प्रकारच्या सर्व निरनिराळ्या मतांविषयीं वाटाघाट करीत बसतां, त्यांतून कोणत्याहि एखाद्या मार्गानें मानवी स्त्रीपुरुष जातींचा जोडा अथवा जोडे निर्माण झाले असतील, व अशी कल्पना करून पुढें चालूं तर प्रथम जेव्हां स्त्रीपुरुष निर्माण झाले असतील, तेव्हां त्यांस मोठमोठाल्या झाडांच्या खोडाशीं, त्यांचे ढोलींत (Captain James Cook's Voyages Round the World, Chapter V, page 262.) अथवा डोंगराच्या कपारींत रात्रीस आराम करून आसपासच्या जंगलांतील कंदमुळें व फळें यांवर आपले क्षुधेचा निर्वाह करावा लागला असेल व ते जेव्हां ऎन दुपारीं भलत्या एखाद्या झाडाच्या छायेखालीं प्रखरतर सूर्याच्या किरणांपासून निवारण होण्याकरितां क्षणभर विश्रांति

घेत असतील, तेव्हां जिकडे तिकडे उंच उंच कडे तुटलेल्या पर्वत व डोंगरांच्या विस्तीर्ण रांगा, गगनांत जणूं काय, शुभ्र पांढऱ्या धुक्याच्या टोप्याच घालून उभ्या राहिलेल्या त्यांच्या दृष्टीस पडत असतील, तसेंच त्यांच्या खालच्या बाजूंनीं लहानमोठ्या दऱ्याखोऱ्यांच्या आसपास अफाट मैदानांत जुनाट मोठमोठाले विशाल वड, पिंपळ व फळभारानें नम्र झालेले फणस, आंबे, नारळी, अंजीर, पिस्ते, बदाम वगैरे फळझाडांची गर्दी होऊन, त्यांवर नानातऱ्हेच्या द्राक्षादि वेलींच्या कमानीवजा जाळीं बनून जागोजाग पिकलेल्या केळींच्या घडांसहित कमळें इत्यादि नानातऱ्हेचीं रंगीबेरंगी फुलें लोंबत आहेत, त्यांच्या आसमंतात जमिनींवर नानाप्रकारच्या पानांफुलांचा खच पडून त्या सर्वांचा भलामोठा चित्रविचित्र केवळ एक गालिचाच बनून त्यावर जागोजाग तऱ्हेतऱ्हेच्या पानांफुलांनीं घवघवलेलीं झाडें, जशीं काय आतांच नूतन लाविलीं आहेत कीं काय, असा भास झाला असेल. तसेंच एकीकडे एकंदर सर्व लहानमोठ्या झुऱ्या, खोंगळ्या, ओढे व नद्यांचे आजूबाजूचे वाळवंटावर खरबुजें, टरबुजें, शेंदाडीं, कांकड्या, खिरे वगैरे चहूंकडे लोळत पडलेले असून जिकडे तिकडे स्वच्छ निर्मळ पाण्याचे प्रवाह अखंडित खुळखुळ मंजुळवाणा शब्द करीत वहात आहेत. आसपास लहानमोठ्या तलावांच्या जलसमुदायांत नानातऱ्हेच्या चित्रविचित्र रंगांच्या कमळांवरून भ्रमरांचे थव्याचे थवे गुंजारव करीत आहेत व जागोजाग तळ्यांच्या तटाकीं जलतंतू आपल्या आटोक्यांत येतांच त्यांना उचलून तोंडांत टाकण्याकरितां बगळे एका पायावर बकध्यान लावून उभे राहिले आहेत. शेजारचे अरण्यांत. जिकडे पहावें तिकडे जमिनीवरून गरीब बिचारीं हरणें, मेंढरें वगैरे श्वापदांचे कळपांचे कळप, लांडगे, व्याघ्र आदि करून दुष्ट हिंसक पशूंपासून आपआपले जीव बचावण्याकरितां धापा देत पळत चालले आहेत. व झाडांवर नानाप्रकारचें सुस्वर गायन करून तानसेनासही लाजविणारे कित्येक पक्षी, आपआपल्या मधुर, कोमल स्वरानें गाण्यामध्यें मात करून चूर झाले आहेत, तों आकाशांत बहिरी ससाणे वगैरे घातक पक्षी त्यांचे प्राण हरण करण्याकरितां वरतीं घिरट्या घालून, अकस्मात त्यांजवर झडपा घालण्याचें संधानांत आहेत, इतक्यांत पश्चिमेकडचा मंद व शीतल वायु कधीं कधीं आपल्या

वायुलहरींबरोबर नानाप्रकारच्या फुलपुष्पांच्या सुवासाची चहूंकडे बहार करून सोडीत आहेत. हें पाहून आपल्या बुद्ध ख्रिस्ती, मुसलमान, महार, ब्राह्मण वगैरे म्हणविणाऱ्या मानव बांधवांच्या मूळ पूर्वजांस किती आनंद होत असेल बरें ! असो, परंतु त्यांस शस्त्रास्त्रें व वस्त्रेंप्रावर्णे तयार करण्याची माहिती नसल्यामुळें आपल्या दाढ्याडोयांच्या झिपऱ्या जटा लोंबत सोडून हातापायांचीं लांब लांब नखें वाढवून निव्वळ नागवें (बायबल, उत्पत्ति, अ. २ ओं. २५. Captain James Cook's Voyages Round the World, Chapter V, pages 257, 278 and 279.) रहावें लागत असेल नाहीं बरें ! ज्यांस मातीचीं अथवा धातूंची करण्याची माहिती नसल्यामुळें, पाण्याच्या कडेला गुडघेमेटी अथवा धातूंचीं भांडीं करण्याची माहिती नसल्यामुळें, पाण्याच्या कडेला गुडघेमेटी येऊन जनावरांप्रमाणें पाण्याला तोंड लावून अथवा हाताचे ओंझळींनें पाणी पिऊन आपली तहान भागवावी लागत नसेल काय ! ज्यांस तवे व जातीं घडण्याची माहिती नव्हती, अशा वेळीं भाकरीचपातीची गोडी कोठून ! ज्यांस मेंढराढोरांची कातडीं काढण्याची माहिती किंवा सोय नसल्यामुळें अनवाणी चालावें लागत नसेल काय? ज्यास बिनचूक शंभर अंकही मोजण्याची मारामार त्यास सोमरसाचे (By F. Max Muller, M.A. Lecture III, page 137.) तारेंत यज्ञाचे निमित्तानें गायागुरें भाजून खाण्याची (John Wilson's India Three Thousand Years Ago, pages 62 and 63.) माहिती कोठून? सारांश तशा प्रसंगीं ते इतके अज्ञानी असतील कीं, जर त्यांचे समोर कोणीं भंड व धूर्तांनीं ताडपत्रावर खोदून लिहिलेल्या वेदाप्रमाणें (Works by the late Horace Hayman Wilson, M.A. Professor of Sanskrit, page 6. Vrihaspati has the following texts to this effect. [Quoted in the Sarva Darsana, Calcutta edition, pages 3 and 6, and with a. V. I. Prabodach,ed. Brockhaus, page 30]:

अग्निहोत्रं त्रयोवेदास्त्रिदंडं भस्मगुंठनम ॥ बुद्धिपोरुषहीतानां जीविकेति बृहस्पतिः ॥

"The Agnihotra, the Three Vedas, the Tridanda, the smearing of Ashes' are only the livelihood of those who have neither intellect nor spirit.', After ridiculing, he says,

ततश्र्व जीवनोपायो ब्राह्मणैर्विहितस्त्विह ॥ मृतानां प्रेताकार्याणि न त्वन्यद्विद्यते क्वचित ॥

Hence it is evident that it was a mere contrivance of Brahamans to gain a livelihood, to ordain such ceremonies for the dead and no other reason can be given fort them. Of the Vedas, he says, त्रयो वेदस्य कर्तारो भंड धूर्त निशाचरा: !! The three authors of the Vedas were Buffoons, Rogues and Fiends and cites texts in proof of this assertion.) एखादें पुस्तक आणून ठेविलें असतें तर, त्यांनीं तें हातांत घेऊन पाहतांच त्यांत कांहीं सुवास व रस नाहीं असें पाहून त्याची काय दशा केली असती, याविषयीं आतां आमच्यानें तर्कसुद्धां करवत नाहीं. कारण ते स्वत: फलाहारी असल्यामुळें या निशाचरांनीं केलेल्या वेदमतानुसार सोमरसाचे नादांत अगर पक्षश्राद्धाचे निमित्तानें दुसऱ्यांच्या गाया चोरून मारून त्यांच्यानें खावविल्या नसत्या, आणि तसें करण्याची त्यांस गरजही नसेल. कारण ते इतके पवित्र असतील कीं, त्यांना या सर्व मतलबी ग्रंथकारांस आपले वंशज म्हणण्याचें आवडलें असतें काय? त्यांच्यापुढें यांच्यानें "तूं बुद्ध", "तूं मुसलमान", "तूं महार म्हणून नीच" व "आम्ही ब्राह्मण म्हणून उंच आहोंत" असें म्हणण्याची जुरत तरी झाली असती काय? असो, पुढें कांहीं काळ लोटल्यावर आपल्या मूळ पूर्वजांची संतति जेव्हां जास्त वाढली, तेव्हां त्यांनीं आपल्या नातूपणतूस रहाण्याकरितां झाडांच्या फांद्यांचीं आढीमेढी उभ्या करून त्यावर नारळीच्या झांपांची शेकारणी करून पृथक पृथक कुटुंबाकरितां झोपड्या तयार करून त्यांच्या भोवतालीं चौगर्दा बाभळी अथवा करवंदीच्या फांट्यांचें कुंपण व आंत जाण्याच्या रस्त्यावर एक झोपा अथवा कोरड्या दगडांचा गांवकुसू करून त्याला एक वेस

ठेवून तिकडून रात्रीस रानांतलीं दुष्ट जनावरें आंत येऊं नयेत, म्हणून तेथें त्यांनीं रखवालीकरितां वेसकर रक्षकांच्या नेमणुका केल्यावरून आंतील एकंदर सर्व गांवकरी लोक आपापल्या मुलांबाळांसह सुखांत आराम करूं लागले असतील व यामुळेंच आपण सर्व गांवकरी हा काळपावेतों आपआपल्या गांवांतील वेसकरांच्या श्रमाबद्दल दररोज सकाळीं व संध्याकाळीं त्यांस अर्ध्या चोथकोर भाकरीचे तुकडे देतों; आणि त्याचप्रमाणें हल्लीं आपण सर्व गांवकरी लोक एकंदर सर्व पोलीसखात्यांतील शिपायांसहित मोठमोठ्या कामगारांस भाकरीच्या तुकड्याऐवजीं पोलिसफंड देतों कां नाहीं बरें? या उभयतांत अंतर तें काय? महाराचे हातांत काठीदोरी व पोलिसचे हातांत वाद्यांचीं टिकोरीं. असो, इतक्यांत सदरच्या गांवीं त्यांच्यांत मुलाबाळांच्या क्षुल्लक अपराधावरून आपआपसांत एकाद्या पाराचे छायेखालीं बसून न्यायांतीं गुन्हेगारास शिक्षा करीत असतील. कारण त्या वेळीं आतांसारखें मोठमोठालीं अथवा चावड्या बांधून तयार करण्याचें ज्ञान त्यांस कोठून असेल? परंतु पुढें कांहीं काळानें त्या सर्वांचीं कुटुंबे जसजशीं वाढत गेलीं असतील, तसतसें त्यांच्यांत सुंदर स्त्रियांच्या व जंगलांच्या उपभोगाच्या संबंधानें नानाप्रकारचे वादविवाद वारंवार उपस्थित होऊं लागले असतील व ते आपसांत जेव्हां गोडीगुलाबीनें मिटेनात, तेव्हां त्यांपैकीं बहुतेक सालस गृहस्थांनीं आपआपलें सामानसुमान व तान्हीं मुलें पाट्यांत घालून एकंदर सर्व आपल्या जथ्यांतील स्त्रीपुरुषांस बरोबर घेऊन दूर देशीं निरनिराळे अंतरावर जाऊन जिकडे तिकडे गांवें बसवून त्यांत मोठ्या सुखानें व आनंदांत राहूं लागल्यामुळें प्रथम ज्या ज्या गृहस्थांनीं हिय्या करून आपआपल्या पाट्या भरून दूरदूर देशीं जाऊन गांवें वसविलीं, त्या त्या गृहस्थांत बाकी सर्व गांवातील लोक पाटील अथवा देशमुख म्हणून, त्यांच्या आज्ञेंत वागू लागले. व हल्लींचे अज्ञानी पाटील अथवा देशमुख म्हणून, त्यांच्या आज्ञेंत वागू लागले. व हल्लींचे अज्ञानी पाटील अथवा देशमुख म्हणून, त्यांच्या आज्ञेंत वागू लागले. व हल्लींचे अज्ञानी पाटील व देशमुख जरी भटकुळकर्ण्यांचे ओंझळीनें पाणी पिऊन गांवकरी लोकांत कज्जे लढवितात, तरी एकंदर सर्व गांवकरी, त्यांच्या सल्लामसलतीनेंच चालतात. दुसरें

असें कीं, आपल्यामध्यें जेव्हां सोयरीकसंबंध करण्याचा प्रसंग येतो, तेव्हां आपणांस एकमेकांस विचारण्याची वहिवाट सांपडते. ती अशी कीं "प्रश्न.-तुमचा गांव कोण आणि तुमचें आडनांव काय? उ.-आमचा गांव पुणें आणि आमचें आडनांव जगताप. प्र.-तर मग सासवडचे जगताप तुमचे कोण? उ-सासवडचे जगताप आणि आम्ही एकच, सुमारें सातआठ डोया झाल्या, शेराचे काळांत आमची मूळ पाटी सासवडाहून पुण्यास आली व हल्लीं आम्ही आपल्या मुलाबाळांचीं जावळें सासवडास जाऊन करितों, कारण त्यांची आणि आमची सठवाई एक व त्यांचें आमचें देवदेवकही एक. प्र-तर मग तुमचा व आमचा सोईरसंबंध सहजासहज जमेल; कारण सासवडचे जगताप आमचे सोयरेधायरे आहेत; तुम्ही तिकडचा पदर मात्र जुळवून द्या म्हणजे झालें मग तुमची आमची इतर बोलाचाली एका क्षणांत करून लग्नचिठ्या ताबडतोब काढतां येतील." याप्रमाणें खरी हकीगत असून जर एखादा प्रश्न करील कीं, तुम्ही हें जें म्हणतां याला आधार तरी कोणत्या शास्त्राचा? तर त्यास माझें असें उत्तर आहे कीं, सुवर्ण-लोभास्तव इराणांतील आर्य लोकांनीं मागाहून जेव्हां या देशांतील सर्व मूळच्या स्थाइक अस्तिक, राक्षस वगैरे लोकांचा विध्वंस केला, त्यांपैकीं उरलेल्या मुगुटमणी दस्यु (John Wilson's India Three Thousand Years Ago, page 196. They appear also to have been a fair complexioned people, at least comparatively, and foreign invaders of India, as it is said that Indra (the God of the Ether or Firmament) divided the fields among his white complexioned friends after destroying the indigenous by the expression, Dasyu, which so often occurs and which is often defined to signify one who not only does not perform religious rites but attempts to harass their performars. The Dasyus, here mentioned, are doubtless the Dagyas of the Parsi sacred writings, and the Dakyas of the Behistian tablets, rendered by "countries" or "provincess" probably of an exterior position to be the Goim and Gentiles of the Hebrews. They were not altogether Barbarians; for they had distinctive cities and other estableshments of at least a partial civilization, though the Aryans lately from more bracing climes than those which they inhabited proved too strong for them.) लोकांवर लागोपाठ अनेक स्वाऱ्या करून अखेरीस त्यांस आपले दास (John Wilson's India Three Thousand Years Ago, page 29. Of the Dasyas mentioned often in the Vedas in contrast with the Aryans, no such traces can be found, though they are once or twice mentioned by Manu. The Word Das, derived from dasyu, ultimately came to signify a bondman. In this sense, it has its anologue in our word slave, derived from the Slavi People, so many of whom have become serfs in the modern regions of their abode. Some of the names of the Dasyas and other enemines of the Aryan race mentioned in the Vedas seem to have been of the Aryan origin; but we see from the non-Sanskrit elements in the Indian languages, that they must have belonged principally to various immigrations of the Scythian or Turanian family of the human race.) करून नानाप्रकारचे त्रास देण्याची सुरवात केली; त्यावेळीं विजयी झालेल्या आर्य लोकांच्यानें आपल्या शास्त्रांत, पराजित केलेल्या शूद्रांची पूर्वीची खरी मूळ पीठिका कशी लिहववेल? पुढें बराच काळ लोटल्यानंतर त्या सर्व गांवच्या वनांतील फळांवर जेव्हां निर्वाह होईना, तेव्हां ते मासे, पशु व पक्षी यांच्या शिकारीवर आपलें उदरपोषण करूं लागले असतील; त्यांजवरही त्यांचा जेव्हां बरोबर निर्वाह होईना; तेव्हां त्यांनीं थोडीशी शेती करण्याचा उद्योग सुरू केल्यामुळें त्यांचे बरेंच लागीं लागलें असेल. पुढें कांहीं काळानंतर जेव्हां चहूंकडे हत्यारेंपात्यारें औतकाठ्या वगैरे सामानसुमान नवीन करण्याची त्यांस जसजशी युक्ति सुचूं लागली तसतशी त्यांनीं प्रांताचे

प्रांत लागवड केली असेल व त्या मानानें लोकसंख्याही वाढूं लागल्यामुळें एकंदर सर्व प्रांतांतील वनचराईच्या व सरहद्दीच्या वगैरे संबंधानें सर्व देशभर लढे पडून, त्यांच्यांत मोठमोठाल्या हाणामाऱ्या होऊन खूनखराब्या होऊं लागल्या असतील. त्या सर्वांचा बंदोबस्त करण्याकरितां एकंदर सर्व प्रांतांतील लोकांस एके ठिकाणीं जमून सर्वानुमते त्या सर्व कामांचे निकाल सहज करण्याचें फार कठीण पडूं लागलें असेल. यास्तव सर्वानुमतें अशी तोड निघाली कीं, एकंदर सर्व प्रांतांतील गांवोगांवच्या लोकांनी आपआपल्या गांवांतील एकेक शहाणा माहितगार निवडून काढावा आणि त्या सर्वांनीं एके ठिकाणीं जमून तेथें बहुमतानें सर्व कामांचे उलगडे करून निकालास लावण्याची वहिवाट सुरू केलीं. यावरून आपले सर्व लोकांत हा काळपावेतों निवडून काढलेल्या पंचाचेमार्फत मोठमोठाल्या कज्जांचे निवाडे करून घेण्याची वहिवाट जारी आहे. पुढें कांहीं काळानें जेव्हां अटक नदीचे पलीकडे जाऊन कित्येक कुळांनीं तेथें लागवड करून वसाहत केली व त्या मानानें चहूंकडे खानेसुमारी अफाट वाढली, तेव्हां आवर्षणामुळें कित्येक ठिकाणीं पिकास अजिबात धक्का बसून सर्व नदीनाले व तळीं उताणीं पडलीं, यामुळें अरण्यांतील एकंदर सर्व पशुपक्षी जिकडे पाणी मिळेल तिकडे निघून गेले. जिकडे पहावें तिकडे उपासामुळें मनुष्यांच्या लोथीच्या लोथी पडलेल्या पाहून कित्येक देशांतील धाडस पुंडांनीं बहुतेक बुभुक्षित कंगालांस आपल्या चाकरीस ठेवून त्यांस आपल्याबरोबर घेऊन, आरंभीं त्यांनीं आसपासच्या अबाद देशांत मोठमोठाले दरोडे घालतां घालतां, त्यांचे हाताखालचे लोकांवर त्यांचा पगडा बसतांच त्यांनीं इतर लोकांचे राजे होण्याचे घाट घातले. (याविषयीं आतां आपण शोध करूं लागल्यास त्यांपैकीं बहुतेक पिढीजादा राजांचे घराण्यांतील मूळ पुरुष याच मालिकेंतील शिरोमणि निघतील.) त्यांचा बंदोबस्त करावा म्हणून एकंदर सर्व देशांतील गांवकरी, यांच्या हातून हुशार प्रतिनिधीची निवडणूक करून त्याच्या संमत्तीनें एकंदर सर्व देशाचें संरक्षण करण्यापुरती फौज ठेवून, तिचा खर्च भागण्यापुरता शेतसारा बसवून त्याची जमाबंदी करण्याकरितां, तहशीलदारांसहित चपराशांच्या नेमणुका करून व्यवस्था केली. त्यामुळें एकंदर सर्व देशांतील लोकांस आराम झाला असेल. नंतर

कांहीं काळानें चहूंकडे सुबत्ता झाल्यामुळें बळीचें स्थान म्हणजे बलूचिस्थानचे पलीकडील कित्येक डोईजड लोभी प्रतिनिधींनीं, सदरील चोरटे लोकांचें वैभव पाहून ते आपआपल्या देशाचे राजे बनतांच, पूर्वीचे लोकसत्तात्मक राज्यांचा बोज उडून तीं ल्यास गेल्यामुळें, इराणचे आलीकडील छप्पन देशांत शाहण्णव कुलाचे प्रतिनिधींनीं मात्र आपआपलीं निरनिराळीं राज्यें स्थापून, त्या सर्वांनीं एकमेकांचे सहाय्यानें आपआपले राज्यकारभार निर्वेधपणें चालवले, यामुळें त्यांच्या वैभवास शेंकडों वर्षें बाध न येतां दस्यू, आस्तिक, अहीर, असूर, उग्र, पिशाच मातंग (गोडबोल्यांच्या महाराष्ट्र देशाच्या इतिहासांतील प्रोफेसर भांडारकरांची सूचना. पृ. १ क. २. Johna Wilson's India Three Thousand Years Ago, page 28.) वगैरे लोकांच्या राज्यांत सर्व प्रजा सुखी होऊन चहूंकडे सोन्याचा धूर निघूं लागला. इतकेंच नव्हें परंतु ह्या सर्वांमध्यें दस्य लोक महा बलवान असल्याकारणानें त्यांचें एकंदर सर्व यवनांवर इतकें वजन बसलें असावें कीं, त्यापैकीं बहुतेक यवन, दस्यू लोकांबरोबर नेहमीं स्नेहभाव व सरळ अंत:करणानें वर्तन करीत, त्यामुळें दस्यू लोक हरएक प्रकारें त्यांस मदत करून त्यांचा परामर्श करीत. यावरून यवन लोकांत दस्यू लोकांस दोस्त म्हणण्याचा प्रचार पडला असावा व त्याचप्रमाणें बाकी उरलेले यवन आर्यादि लोक दस्यू लोकांबरोबर मनांतून कृत्रिमानें वागत व वेळ आल्याबरोबर त्यांच्याशीं उघड गमजा करीत, तेव्हां दस्यू लोक त्यांच्या खोडी मोडून त्यांस ताळ्यावर आणीत असतील, यावरून यवन व आर्य लोकांत दस्यू लोकांस वैरभावानें दुशमन व दुष्ट म्हणण्याचा परिपाठ पडला असावा; कारण दोस्त, दुशमन व दुष्ट म्हणण्याचा परिपाठ पडला असावा; कारण दोस्त, दुश्मन आणि दुष्ट या शब्दाच्या अवयवांसहित त्यांच्यांतील भावार्थाचा मेळ दस्यू शब्दाशीं सर्वांशीं मिलतो. शेवटीं एकंदर सर्व इराणी (आर्य), तुर्क वगैरे यवन लोकांस दस्यू लोकांचा बोलबाला सहन होईना, तेव्हां त्यांपैकीं अठरा वर्णातील अठरा तऱ्हेच्या पगड्या घालणाऱ्या "अठरा पगड जातीच्या लोकांनीं" सुवर्ण लूट करण्याच्या आशेनें दस्यू लोकांच्या मुलखांत वारंवार हल्ले करण्याची सुरवात केली. परंतु बळीचे पदरच्या काळभैरव

व खंडेरावासारख्या महावीरांनीं त्यांची बिलकुल डाळ मळूं दिली नाहीं. इतक्यांत इराणांतील आर्य (John Wilson's India Three Thousand Years Ago, pages 17 and 18.) लोकांत तिरकमट्याची नवीन युक्ति निघाल्याबरोबर तेथील इराणी क्षेत्र्यांपैकीं बहुतेक वराहासारख्या धाडस दंगलखोरांनीं, अलीकडील छपन्न देशांतील लहानमोठ्या संपत्तिमान राजेरजवाड्यांचा नाश (John Wilson's India Three Thousand Years Ago, pages 20 and 21.

Among peoples hostile to the Aryans, we also find noticed the Ajasas, Yakshas, Shigravas, Kikatas and others. The enemies of the Aryas are sometimes expressly mentioned as having a black skin; "He (Indra) punished for men those wanting religious rites tore off their skin. The Pishachas are said to have been tawny coloured.") केल्यानंतर नरसिंह आर्य क्षेत्र्यानें दस्यू लोकांचा तरूण राजपुत्र प्रल्हाद याचें कोवळें मन धर्मभ्रष्ट करून, त्याच्या सहाय्यानें त्याच्या पित्याचा कृत्रिमानें वध केला. नंतर वामन आर्य क्षेत्र्यानें येथील महाप्रतापी दस्यूपैकीं बळीराजास रणांगणीं पाडतांच, त्यानें तिसरे दिवशीं बळीचे राजधानींतील एकंदर सर्व अंगनांचे अंगावरील सुवर्णालंकारांची लूट केली, यामुळें दस्यू लोकांनीं आपल्या देशांतून, आर्य ब्राह्मण लोकांस हांकून देण्याविषयीं पुष्कळ लढाया केल्या; परंतु अखेरीस परशुराम (John Wilson's India Three Thousand Years Ago, page 49. Dr. John Muir, in his "Original Sanskrit Texts", pages 44-56, has given a series of passages sufficient to prove that according to the traditions received by the compilers of the ancient legendary history of India (traditions so general and undisputed as to prevail over even their strong hierarchical pre-possessions), Brahmanas and Kshatriyas were at least in many cases, originally descended from one and the same stock. Some of the cases referred to by Dr. Muir are the same as those of the parties mentioned in the first paragraph of this note.) आर्य क्षेत्र्यानें येथील एकंदर सर्व क्षेत्रवासी दस्यू लोकांवर लागोपाठ एकवीस वेळां स्वाऱ्या करून त्यांची शेवटीं इतकी वाताहत केली कीं, त्यापैकीं कित्येक महावीरांस त्यांच्या परिवारासह हल्लींच्या **चीनदेशाजवळ** एक (W. H. Prescott's History of Peru and Brazil, Vol. I, page 66.) पायमार्ग होता, (ज्यावर पुढें कांहीं काळानें समुद्र पसरला व ज्यास हल्लीं बेहरिंगची सामुद्रधुनी म्हणतात) त्या मार्गानें पाताळीं अमेरिकेंतील अरण्यांत जावें लागलें. कारण तेथील कित्येक जुनाट लोकांचा व तेथील दस्यू (शूद्र) लोकांचा देवभोळेपणा, रीतिभाती, क्रिया वगैरे बऱ्याचअंशीं एकमेकांशीं मिळतात. मूळच्या "अमेरिकन" लोकांत येथल्यासारखीं सूर्यवंशी, राक्षस व आस्तिक कुळें सांपडतात. तेथील मुख्य "काशीक" नांवाशीं येथील "काशीकरांशीं" मेळ मिळतो. "कोरीकांचा" शब्द "कांचन" शब्दाशीं मिळतो. ते येथल्यासारखे शकुनापशकून मानीत. त्या लोकांत येथील शूद्रांसारखी मेल्या मनुष्यावर पोषाक घालून प्रेताबरोबर सोनें पुरण्याची क्रिया सांपडते. हल्लीं सर्व शूद्र द्रव्यहीन जरी झाले, तथापि ते (अमेरिकन) शूद्रासारखें मीठ न घालतां मौल्यवान मसाला घालून पुरीत त्यांच्यांत (W. H. Prescott's History of Peru and Brazil, Volume III, Appendix No. 1, pages 156,157 and 159.) येथल्यासारखीं "टोपाजी, माणकू, अर्तिल यल्लपा व अर्तिल बाळप्पा" अशीं नांवें सांपडतात. तेथें "कानडा" नांवाचा प्रांत सांपडतो. परंतु, कांहीं काळानें मागाहून चिनी अथवा आर्य लोकांनीं तेथील लोकांवर स्वाऱ्या करून त्यांस हस्तगत केलें असावें; कारण त्यांनीं हिंदुस्थानांतील आर्य लोकांसारखें, अमेरिकेंतील पूर्वीच्या लोकांस "विद्या देण्याची बंदी करून त्यांचे एकंदर सर्व मानवी अधिकार हरण करून त्यांस अति नीच मानून आपण त्यांचे "भूदेव" होऊन, आकाशांतील ग्रहांसह पांच तत्त्वांची पूजा करीत होते असें आढळतें. असो, परंतु येथें आर्य नाना (A Sepoy Revolt by Henry Mead, pages 135, 136 and 137.) पेशवे याचे दालीबंद जातबंधू परशुरामाच्या धुमाळींत, रणांगणीं पडलेल्या प्रमुख महा अरींच्या एकंदर सर्व

निराश्रित विधवा स्त्रियांपासून जन्म पावलेल्या अर्भकांचा त्यानें (परशुरामानें) सरसकटीनें वध करून दस्यू लोकांचे शूद्र (दास) व अतिशूद्र (अनुदास) असे दोन वर्ग करून आर्य ब्राह्मणांनीं त्यांस नानाप्रकारचे त्रास देण्याविषयीं अनेक मतलबी व जुलमी "कायदे" (The Laws of Manu, Son of Brahma, by Sir William Jones, Volume VII, pages, 211, 214, 217, 224, 260, 262, 335, 392, 397.) केले. त्यांपैकीं कांहीं कांहीं लेखी मुद्दे मनुसारख्या कठोर व पक्षपाती ग्रंथांत सांपडतात. ते असें कीं, "ज्या ठिकाणीं शूद्र लोक राज्य करीत असतील, त्या शहरांत आर्य ब्राह्मणानें मुळींच राहू नये शूद्रास ब्राह्मणानें कोणत्याच तऱ्हेचें ज्ञान देऊं नये, इतकेंच नव्हे, परंतु आपला वेदघोष शूद्राचे कानींसुद्धां पडूं देऊं नये. शूद्राबरोबर आर्यांनीं अवशीपहाटेस प्रवास करूं नये. शूद्राचा मुरदा फक्त दक्षिणेकडच्या वेशींतून नेण्याविषयीं परवानगी होती आर्य ब्राह्मणांच्या मढ्यास शूद्रास स्पर्श करण्याची मनाई असे. राजा भुकेनें व्याकुळ होऊन मेला तरी त्यानें ब्राह्मणापासून कर अथवा शेतसारा घेऊं नये. परंतु राजानें विद्वान ब्राह्मणास वर्षासनें करून द्यावींत. विद्वान ब्राह्मणास ठेवी सांपडल्यास त्यानें एकट्यानेंच त्यांचा उपभोग घ्यावा. कारण ब्राह्मण सर्वांचा धनी आहे. परंतु राजास ठेवी सांपडल्यास त्यानें त्यांतील अर्धे द्रव्य ब्राह्यणास द्यावें. आर्य ब्राह्मणांनीं कसला जरी गुन्हा केला, तरी त्याच्या केसालाही धक्का न लावतां त्यास हद्दपार मात्र करावें म्हणजे झालें. ब्राह्मणांनीं आपली सेवाचाकरी शूद्रांस करावयास लावावें, कारण देवाजीनें शूद्रास ब्राह्मणाची सेवा करण्याकरितांच उत्पन्न केलें आहे. जर ब्राह्मणानें एखाद्या शूद्रास आपल्या कांहीं नाजुक कामांत उपयोगी पडल्यावरून, स्वतःच्या दास्यत्वापासून मुक्त केलें, तर त्यास पाहिजेल त्या दुसऱ्या भटब्राह्मणांनीं पकडून आपलें दास्यत्व करावयास लावावें. कारण देवाजीनें त्यास त्यासाठींच जन्मास घातलें आहे. ब्राह्मण उपाशीं मरूं लागल्यास त्यानें आपल्या शूद्र दासाचें जें काय असेल, त्या सर्वाचा उपयोग करावा. बिनवारशी ब्राह्मणाची दौलत राजानें कधीं देऊं नये, असा मूळचा कायदा आहे. परंतु बाकी सर्व जातीची बिनवारशी मालमिळकत पाहिजे असल्यास राजानें

घ्यावी. ब्राह्मण गृहस्थांनीं जाणूनबुजून गुन्हे केले तरी त्यांस त्यांच्या मुलांबाळांस त्यांची जिनगीसुद्धां त्यांबरोबर देऊन फक्त हद्दपार करावें. परंतु तेच गुन्हे इतर जातीकडून घडल्यास त्यांस त्यांच्या गुन्हयाच्या मानाप्रमाणें देहांत शिक्षा करावी. ब्राह्मणाचे घरीं शूद्रास चाकरी न मिळाल्यास त्यांचीं मुलेंबाळें उपाशीं मरूं लागल्यास त्यांनीं हातकसबावर आपला निर्वाह करावा. अक्कलवान शूद्रानेंही जास्ती दौलतीचा संचय करूं नये. कारण तसें केल्यापासून त्याला गर्व होऊन तो ब्राह्मणाचा धि:कार करूं लागेल. ब्राह्मणानें शूद्रापाशीं कधींही भिक्षा मागू नये. कारण त्या भिक्षेच्या द्रव्यापासून त्यानें होमहवन केल्यास तो ब्राह्मण पुढल्या जन्मीं चांडाळ होईल. ब्राह्मणानें कुतरे, मांजर, घुबड अथवा कावळा मारला, तर त्यानें त्याबद्दल शूद्र मारल्याप्रमाणें समजून चांद्रायण प्रायश्चित केलें म्हणजे तो ब्राह्मण दोषमुक्त होईल. ब्राह्मणांनी बिनहाडकांचीं गाडाभर जनावरें मारलीं अथवा त्यांनीं हाडकांच्या हजार जनावरांचा वध केला असतां, त्यांनीं चांद्रायण प्रायश्चित घेतलें म्हणजे झालें. शूद्रांनीं आर्यब्राह्मणास गवताचे काडीनें मारिलें, अथवा त्याचा गळा धोतरानें आवळला, अथवा त्यांना बोलतांना कुंठित केलें, अथवा त्यास धि:कारून शब्द बोलले असतां, त्यांनीं ब्राह्मणाचे पुढें आडवें पडून त्यांपासून क्षमा मागावी." (The Laws of Manu, son of Brahma, by Sir William Jones, Vol. VII, pages 398 and Vol. VIII, pages 33, 42, 73, 79, 85, 105, 106 and 118.) याशिवाय शूद्राविषयीं नानाप्रकारचें जुलमी लेख आर्य ब्राह्मणांचे पुस्तकांतून सांपडतात, त्यांपैकीं कित्येक लेख येथें लिहिण्याससुद्धां लाज वाटते. असो, यानंतर आर्य लोकांनीं, आपल्या हस्तगत करून घेतलेल्या जमिनीची लागवड सुरळीत रीतीनें करण्याचे उद्देशानें दस्यू लोकांपैकीं प्रल्हादासारख्या कित्येक भेकड व धैर्यहीन अशा लोकांनीं स्वदेशबांधवांचा पक्ष उचलून आर्य ब्राह्मणांशीं वैरभाव धरून तदनुरूप आरंभापासून तों शेवटपर्यंत कधींही हालचाल केली नाहीं. त्यांस गांवोगांवचे कुळकर्ण्याचें कामावर मुकरर करून आपले धर्मांत सरतें करून घेतलें. यावरून त्यांस देशस्थ त्यांस देशस्थ ब्राह्मण म्हणण्याचा प्रघात पडला आहे, कारण

देशस्थ ब्राह्मणांचा व येथील मूळच्या शूद्र लोकांच्या रंगरूपाशीं, चालचलणुकीशीं व देव्हाऱ्यावरील कुळस्वामीशीं बहुतकरून मेळ मिळतो व दुसरें असें कीं, देशस्थ व कोकणस्थ ब्राह्मणांचा हा काळपावेतों परस्परांशीं बेटी व रोटी व्यवहारसुद्धां मुळींच होत नव्हता. परंतु कालच्या पेशवेसरकारांनीं देशस्थ ब्राह्मणांबरोबर रोटीव्यवहार करण्याचा प्रघात घातला. सदरची व्यवस्था अमलांत आणून आर्य ब्राह्मण येथील भूपति झाल्यामुळें त्यांचा बाकीचे सर्व वर्णाचे लोकांवर पगडा पडून त्यांस अठरा वर्णांचे ब्राह्मण गुरु (जड अथवा श्रेष्ठ) म्हणूं लागले व त्यांनीं स्वत: 'स्वर्गपाताळ एक करून सोडल्यानंतर' आतां कांहीं कर्तव्य राहिले नाहीं, अशा बुद्धीनें ताडपत्रें नेसून, छातीवर तांबडी माती चोळून, दंड थोपटण्याचे विसरून त्याबद्दल स्नानसंध्या करून, अंगावर चंदनाच्या उट्या लावून, कपाळावर केशर, कस्तुरीचे टिळे रेखून, स्वस्थ बसून मौजा मारण्याचा क्रम आरंभिला. त्यांपैकीं कोणी भांगेच्या तारेंत नानाप्रकारचे अपस्वार्थी ग्रंथ करण्याचे नादांत, कोणी योगमार्ग शोधून काढण्याचे खटपटींत पडून, बाकी सर्वांनीं आपआपसांत एकमेकांनीं एकमेकांस "अठरा वर्णांमध्यें ब्राह्मण गुरु श्रेष्ठ" म्हणण्याचा प्रचार सुरू केला. त्याच सुमारास येथील जंगल (ज्यू) फिरस्ते बकालांनीं आपला धर्म स्वीकारावा, म्हणून आर्य ब्राह्मणांनीं त्यांचा पाठलाग केला. यावरून त्यांनीं संतापून आर्यांचे विरुद्ध नानाप्रकारचे ग्रंथ करून आर्य धर्माची हेळणा करण्याकरितां आपआपल्या जवळच्या आत्मलिंगाची पूजा करूं लागल्यामुळे लिंगाइतांचा एक निराळाच धर्म झाला असावा. नंतर आर्यब्राह्मणांच्या स्वाधीन झालेल्या येथील एकंदर सर्व क्षुद्र शेतकरी दासांचा, त्यांनीं सर्वोपरी धि:कार करण्याची सुरुवात केली. त्यांस विद्या देण्याची अटोकाट बंदी करून त्यांची स्थिति पशूच्याही पलीकडच्या व ते अक्षरशत्रु अतैव ज्ञानशून्य झाल्यामुळे त्यांस आज दिवसपावेतों राज्य व धर्मप्रकरणीं आर्य ब्राह्मण इतके नागवितात कीं, त्यांच्यापेक्षां अमेरिकेंतील जुलमानें केलेल्या हपशी गुलामांचीसुद्धां अवस्था फार बरी होती, म्हणून सहज सिद्ध करितां येईल. तथापि अलीकडे कांहीं शतकांपूर्वीं, महमदी सरकारास त्यांची दया येऊन त्यांनीं या देशांतील लक्षावधि शूद्रादि

अतिशूद्रांस जबरीनें मुसलमान करून त्यांस आर्य धर्माच्या पेचांतून मुक्त करून त्यांस आपल्या बरोबरीचे मुसलमान करून सुखीं केलें. कारण त्यांपैकीं कित्येक अज्ञानी मुसलमान मुल्लाने व बागवान आपल्या लग्नांत येथील शूद्रादि अतिशूद्रासारखे संस्कार करितात, याविषयीं वहिवाट सांपडते. त्याचप्रमाणें पोर्तुगीज सरकारनें या देशांतील हजारों शूद्रादि अतिशूद्रांस व ब्राह्मणांस जुलमानें रोमन क्याथलिक ख्रिस्ती करून त्यांस आर्यांचे कृत्रिमी धर्मापासून मुक्त करून सुखी केलें. कारण त्यांच्यामध्यें कित्येक ब्राह्मण शूद्रांसारखीं गोखले, भोंसले, पवार वगैरे आडनांवाचीं कुळें सांपडतात. परंतु हल्लीं अमेरिकन वगैरे लोकांच्या मदतीनें, या देशांतील हजारों हजार गांजलेल्या शूद्रादि अतिशूद्रांनीं, ब्राह्मणधर्माचा धि:कार करून, जाणूनबुजून ख्रिस्ती धर्माचा अंगिकार करण्याचा तडाखा उडविला आहे, हें आपण आपल्या डोळ्यानें ढळढळीत पहात आहों. कदाचित सदरच्या शूद्रादि अतिशूद्रांच्या दुखाविषयीं तुमची खात्री होत नसल्यास, तुह्मी नुकतेंच अलीकडच्या दास शेतकऱ्यांपैकीं सातारकर शिवाजी महाराज, बडोदेकर दमाजीराव गायकवाड, ग्वालेरकर पाटीलबुवा, इंदूरकर लाख्या बारगीर, यशवंतराव व विठोजीराव होळकरासारख्या बडे बडे रणशूर राजेरजवाड्यांविषयीं, थोडासा विचार करून पाहिल्याबरोबर, ते अक्षरशून्य असल्यामुळें त्यांजवर व त्यांच्या घराण्यांवर कसकसे अनर्थ कोसळले हें सहज तुमचे लक्षांत येईल; यास्तव त्याविषयीं तूर्त येथें पुरें करितों असो, येथील छप्पन देशांतील राजांनीं सदरचे लोकसत्तात्मक राज्याची कांस सोडिली व त्यामुळें आर्य ब्राह्मणांनी दस्यू वगैरे लोकांची वाताहात करून हा काळपावेतों त्यांची अशी विटंबना करीत आहेत, हें त्यांच्या कर्मानुरूप त्यांस योग्य शासन मिळालें, यांत कांहीं संशय नाहीं, तथापि इराणापलीकडील ग्रीशियन लोकांनीं, पहिल्यापासून प्रजासत्तात्मक राज्य आपल्या काळजापलीकडे संभाळून ठेविलें होतें. पुढें जेव्हां इराणांतील मुख्य बढाईखोर "झरक्सिस" यानें ग्रीक देशाची वाताहात करण्याकरिता मोठ्या डामडौलानें आपल्याबरोबर लक्षावधि फौज घेऊन, ग्रीस देशाचे सरहद्दीवर जाऊन तळ दिला, तेव्हां स्पार्टा शहरांतील तीनचारशें स्वदेशाभिमानी शिपायांनीं रात्रीं

एकाएकीं थरमॉपलीच्या खिंडींतून येऊन त्यांचे छावणीवर छापा घालून त्यांच्या एकंदर सर्व इराणी फौजेची त्रेधात्रेधा करून, त्यांस परत इराणांत धुडकावून लाविलें. हा त्यांचा कित्ता इटाली देशांतील रोमन लोकांनीं जेव्हां घेतला, तेव्हां ते लोक प्रजासत्तात्मक राज्याच्या संबंधानें एकंदर सर्व युरोप, एशिया व आफ्रिका खंडांतील देशांत विद्या, ज्ञान व धनामध्ये इअतकें श्रेष्ठत्व पावले कीं, त्यांच्यामध्ये मोठमोठे नामांकित वक्ते व सिपियोसारखे स्वदेशाभिमानी योद्धे निर्माण झाले. त्यांनीं आफ्रिकेंतील हनीबॉलसारख्या रनधीरांचा नाश करून तेथील एकंदर सर्व लोकांस यथास्थित शासन केलें. नंतर त्यांना पश्चिम समुद्रांत ग्रेट ब्रिटन बेटांतील, अंगावर तांबड्यापिवळ्या मातीचा रंग देऊन कातडीं पांघरणाऱ्या रानटी इंग्लिश वगैरे लोकांस, वस्त्रपात्रांचा उपयोग करण्याची माहिती करून देऊन, आपल्या हातांत चारपांचशे वर्षें छडी घेऊन त्या लोकांस प्रजासत्तात्मक राज्याचा धडा देऊन वळण लावीत होते; तों इकडे रोमन सरदारांपैकी महाप्रतापी ज्युलीयस सीझरनें आपल्या एकंदर सर्व कारकीर्दीत सहा लक्ष रोमन शिपायांस बळी देऊन अनेक देशांतील पीढीजादा राजेरजवाड्यांवर वर्चस्व बसविल्यामुळें, त्याच्या डोळ्यावर ऐश्वर्याची इतकी ध्उंदी आली कीं, त्यानें आपल्या मूळ प्रजासत्तात्मक राज्यरूप मातेवर डोळे फिरवून, तिच्या सर्व आवडत्या लेकरांस आपले दासानुदास करून, आपण त्या सर्वांचा राजा होण्याविषयीं मनामध्ये हेतु धरिला. त्या वेळेस तेथील महापवित्र स्वदेशाभिमानी, ज्यांना असें वाटलें कीं, या राज्यसत्तात्मकतेपासून पुढे होणारी मानहानी आमच्यानें सहन होणार नाहीं, त्यांपैकीं ब्रूटस नांवाचा एक गृहस्थ, आपल्या हातांत नागवा खंजीर घेऊन, ज्युलियस सीझर प्रजासत्तात्मक एआज्यमंदिराकडे सिंहासनारूढ होण्याचे उद्देशानें जात असतां, वाटेमध्यें त्याचा मार्ग रोखून उभा राहिला. नंतर ज्युलियस सीझर यानें आपल्या मार्गांनें आडव्या आलेल्या ब्रूटसाच्या डोळ्यांशीं डोळा लावल्याबरोबर मनामध्यें अतिशय खजिल होऊन, आपल्या जाम्याच्या पदरानें तोंड झांकतांच, ब्रूटसानें आपल्या स्वदेशबांधवांस भावी राज्यसत्तात्मक शृंखले पासून स्वलंब करण्यास्तव परस्परामध्यें असलेंल्या मित्रत्वाची काडीमात्र पर्वा न करितां,

त्याच्या (ज्युलियस सीझरच्या) पोटांत खंजीर खुपसून, त्याचा मुरदा धरणीवर पाडला. परंतु ज्युलियस सीझरनें पूर्वी सरकारी खजिन्यांतील पैसा बेलगामी खर्ची घालून सर्व लोकांस मोठमोठाल्या मेजवान्या दिल्या होत्या, त्यामुळें तेथील बहुतेक ऐषआरामी सरदार त्याचे गुलाम झाले होते सबब पुढे चहूंकडे भालेराई होऊन, तेथील प्रजासत्तात्मक राज्याची इमारत कोसळून, **बारा सीझरांचे** कारकीर्दीचे अखेरीस रोमन लोकांच्या वैभवाची राखरांगोळी होण्याच्या बेतांत **रोमी** लोक, इंग्लिश वगैरे लोकांस जागचे जागीं मोकळे सोडून, परत आपल्या इटाली देशांत आले. परंतु त्याच वेळीं इंग्लिश लोकांचे आसपास स्कॉच, स्याक्सन वगैरे लोक अट्टल उत्पाती असल्यामुळें त्यांनीं एखाद्या बावनकशी सुवर्णामध्यें तांब्यापितळेची भेळ करावी, त्याप्रमाणें, त्या **प्रजासत्तात्मक** राज्यपद्धतीमध्यें वंशपरंपराधिरूढ बडे लोकांची व राजांची मिसळ करून, त्या सर्वांचे एक भलेंमोठें तीन धान्यांचें गोड मजेदार कोडबुळें तयार करून, सर्वांची समजूत काढली. त्या देशांत जिकडे तिकडे डोंगराळ प्रदेश असल्यामुळें लागवड करून सर्वांचा निर्वाह होण्यापुरती जमीन नसून, थंडी अतिशय; सबब तऱ्हेतऱ्हेच्या कलाकौशल्य व व्यापारधंद्याचा पाठलाग करितांच, ते या पृथ्वीच्या पृष्ठभागावरील एकंदर सर्व बेटांसह चार खंडांत विद्या, ज्ञान व धन संपादन करण्याचे कामीं अग्रगण्य होत आहेत, तों इकडे **आरबस्थानांतील हजरत महमद पैगंबराचे** अनुयायी लोकांनी इराणांतील मूळच्या आर्य लोकांच्या राज्य वैभवासह त्यांची राखरांगोळी करून, या ब्राह्मणांनीं चावून चिपट केलेल्या अज्ञानी हिंदुस्थानांत अनेक स्वाऱ्या करून हा सर्व देश आपल्या कबजांत घेतला. नंतर **मूसलमानी बादशहा दिवसा तानसेनी गाणीं ऐकून रात्रीं जनानखान्यात लंपट झाले आहेत,** इतक्यांत महाकुशल इंग्रजांनीं मुसलमानांच्या पगड्यावर घण मारून हा देश सहज आपल्या बगलेंत मारला, यामध्यें त्यांनीं मोठा पुरुषार्थ केला, असे मी म्हणत नाहीं. कारण येथील एकंदर सर्व प्रजेपैकीं एक दशांश ब्राह्मणांनीं आपल्या कृत्रिमी धर्माच्या आडून लेखणीच्या जोरानें, धर्म व राजकीय प्रकरणीं बाकीच्या नऊ दशांश लोकांस विद्या, ज्ञान, शौर्य, चातुर्य व बल याहींकरून हीन करून ठेविलें होतें. परंतु

यापुढें जेव्हां इंग्रज लोकांस नऊ दशांश शूद्रादि अतिशूद्र लोकांचा स्वभाव सर्व कामांत रानटी व आडमूठपणाचा असून ते सर्वस्वी ब्राह्मणांचे धोरणानें चालणारे, असें त्यांच्या प्रचितीस आलें; तेव्हां त्यांनीं महाधूर्त ब्राह्मणांस नानाप्रकारच्या लालची दाखवून एकंदर सर्व कारभार त्यांजकडे सोपवून, आपण सर्व काळ मौल्यवान वस्त्रे, पात्रें, घोडे, गाड्या व खाण्यापिण्याच्या पदार्थांत लंपट होऊन, त्यांमध्यें मन मानेल तसे पैसे उधळून, एकंदर सर्व युरोपियन व ब्राह्मण कामगारांस मोठमोठ्या पगारांच्या जागा व पेनशनें देण्यापुरतें महासूर द्रव्य असावें या हेतूनें, कोरड्या ओल्या कोंड्याभोंड्यांच्या भाकरी खाणाऱ्या, रात्रंदिवस शेतीत खपणाऱ्या कष्टाळू शेतकऱ्याच्या शेतावर दर तीस वर्षांनीं, पाहिजेल तसे शेतसारे वाढवून, त्यांच्या अज्ञानी मुलांबाळांस विद्या देण्याची हूल दाखवून त्या सर्वांच्या बोडक्यावर लोकलफंड या नांवाचा दुसरा एक कराचा बोजा लादला. आणि त्यांनीं (शेतकऱ्यांनीं) आपल्या मुलांबाळांसह रात्रंदिवस शेतांत खपून धान्य, कापूस, अफू, जवस वगैरे काला कित्ता मोठ्या कष्टानें कमावून शेतसाऱ्यासुद्धां लोकलफंडाचे हप्ते अदा करण्याकरितां त्या सर्व जिनसांस बाजारांत नेऊन दान करावयास जाण्याचे राजमार्गांत, दर सहा मैलांवर जागोजागीं जकाती बसवून त्यांजपासून लाखों रुपये गोळा करूं लागले. जे आपल्या विपत्तींत आसपासच्या जंगलांतील गवत लांकूडफांटा व पानफुलांवर गुराढोरांचीं व आपली जतणुक करीत असत, तीं सर्व जंगलें सरकारनें आपल्या घशांत सोडलीं, त्यांच्या कोंड्याभोंड्याच्या भाकरीबरोबर तोंडी लावण्याच्या मिठावरसुद्धां भली मोठी जकात बसविली आहे. तसेंच शेतकऱ्याचे शेतांत भरपूर पाणी असल्यानें त्यांच्या जितराबाचा बचाव होऊन त्यास पोटभर भाकर व अंगभर वस्त्र मिळावें, असा वरकांति भाव दाखवून, आंतून आपल्या देशबांधव युरोपियन इंजिनीयर कामगारांस मोठमोठे पगार देण्याचे इराद्यानें, युरोपांतील सावकारांस महामूर व्याज देण्याचा हेतु मनीं धरून त्यांचें कर्ज हिंदुस्थानच्या बोडक्यावर वाढवून, त्या कर्जापैकीं लक्षावधि रुपये खर्ची घालून जागोजाग कालवे बांधिले आहेत. व त्या कालव्यांतील पाण्याची किंमत अज्ञानी शेतकऱ्यांपासून मन मानेल तशी

घेऊन, त्यांच्या शेतांत वेळच्या वेळीं तरी पाणी देण्याविषयीं सरकारी कामगारांकडून बरोबर तजवीज ठेवली जाते काय? कारण या इरिगेशनखात्यावरील बेपर्वा युरोपियन इंजिनीयर आपलीं सर्व कामें ब्राह्मण कामगारांवर सोंपवून आपण वाळ्याचे पडद्याचे आंत बेगमसाहेबासारखे ऐषआरामांत मर्जीप्रमाणें कामें करीत बसतात. इकडे धूर्त ब्राह्मण कामगार आपली हु शारी दाखविण्याकरितां इंजिनीयर साहेबांचे कान फुंकून त्यांजकडून पाहिजेल तेव्हां, पाहिजेल तसे जुलमी ठराव सरकारांतून पास करून घेतात. त्यांपैकीं नमुन्याकरितां येथें एक घेतों. तो असा कीं:-वक्तशीर कालव्यांतील पाणी सरत्यामुळें शेतकऱ्यांची एकंदर सर्व जितराबांची होरपळून राखरांगोळी जरी झाली, तरी त्याची जोखीम इरिगेशन खात्याचे शिरावर नाहीं. अहो, जेथें हजारों रुपये दरमहा पगार घशांत सोडणाऱ्या गोऱ्या व काळ्या इंजिनीयर कामगारांस, धरणांत हल्लीं किती ग्यालन पाणी आहे, याची मोजदाद करून तें पाणी पुढें अखेरपावेतों जेवढया जमिनींस पुरेल, तितक्याच जमिनीच्या मालकांस पाण्याचे फर्मे द्यावे, असा तर्क नसावा काय? अहो, या खात्यांतील कित्येक पाणी सोडणाऱ्या कामगारांचे पाण्यासाठीं अर्जव करितां शेतकऱ्यांचे नाकास नळ येतात. अखेर, जेव्हां शेतकऱ्यांस त्याजकडून पाणी मिळेनासें होतें, तेव्हां शेतकरी त्यांचेवरील धूर्त अधिकाऱ्यांकडे दाद मागण्यास गेले कीं, पाण्याचे ऐवजीं शेतकऱ्यांवर मगरुरीच्या भाषणांचा हल्ला (हा आरोप आमचे लोकप्रिय नि:पक्षपाती मि. विश्वनाथ दाजीसारखे जे कित्येक गृहस्थ असतील त्यांस लागू नाही. असे निमळ मनाचे पुरुष सरकारी ब्राह्मण कामगारांत थोडे सांपडतात.) मात्र होतो. अशा या न्यायीपणाचा डौल मिरविणाऱ्या सरकारी चाकरांनीं, कर्जबाजारी दुबळ्या शेतकऱ्यांपासून पाण्याचे भरपूर दाम घेऊन, त्यांच्या पैशापुरतें भरपूर पाणी देण्याचे ऐवजीं, आपल्या उंच जातीच्या तोऱ्यांत शेतकऱ्यांशीं मगरुरीचीं भाषणें करणें, या न्यायाला म्हणावें तरी काय? सारांश, आमचे न्यायशील सरकार आपले हाताखालच्या ऐषआरामी व दुसरे धूर्त कामगरांवर भरोसा न ठेवितां शेतकऱ्यांचे शेतास वेळच्या वेळीं पाणी देण्याचा बंदोबस्त करून, पाण्यावरचा दर

कमी करीत नाहींत, म्हणून सांप्रत काळीं शेतकऱ्यांचीं दिवाळीं निघून सरकारांस त्यांच्या घरादारांचे लिलांव करून, ते सर्व पैसे या निर्दय कामगाराचे पदरी आंवळावे लागतात. यास्तव आमचे दयाळू सरकारांनीं दर एक शेतकऱ्याच्या शेताच्या पाण्याच्या मानाप्रमाणें प्रत्येकास एकेक तोती करून द्यावीं, जिजपासून शेतकऱ्यांस जास्त पाणी वाजवीपेक्षां घेतां न यावें. आणि तसें केलें म्हणजे पाणी सोडणारे कामगारांची सरकारास जरूर न लागतां, त्यांच्या खर्चाच्या पैशाची जी बच्यत राहील, ती पाणी घेणाऱ्या शेतकऱ्यांस पाणी घेण्याचे दर कमी करण्याचे कामीं चांगली उपयोगी पडेल. व हल्लीं जो आमचे विचारी सरकारांनीं पाण्यावरचे दर कमी करण्याचा ठराव केला आहे, तो "इरीगेशन" खात्यास एकीकडे ठेवण्याचा प्रसंग टाळतां येईल. तसेंच अज्ञानी शेतकऱ्यांचे मागें आताशीं लोकलफंडासारखा नवीन एक दुसरा म्युनिसिपालिटीचा जबरदस्त बुरदंडा योजून काढिला आहे. तो असा कीं, शेतकऱ्यांनीं शेतांत तयार करून आणिलेला एकंदर सर्व भाजीपाला वगैरे माल शहरांत आणितेवेळीं त्या सर्व मालावर म्युनिसिपालिटी जकात घेऊन शेतकऱ्यांस सर्वोपरी नाडिते. कधीं कधीं शेतकऱ्यांने गाडीभर माळवें शहरांत विकण्याकरितां आणिल्यास त्या सर्व मालाची किंमत बाजारांत जास्तीकमती वजनानें घेणारे देणारे दगेबाज दलालाचें व म्युनिसिपालिटीचे जकातीचे भरीस घालून गाडीभाडें अंगावर भरून, त्यास घरीं जाऊन मुलाबाळांपुढें शिमगा करावा लागतो. अहो, एकट्या पुणें शहरांतील म्युनिसिपालटीचें आतांच वार्षिक उत्पन्न सांगली संस्थानचे उत्पन्नाची बरोबरी करूं लागलें. त्याचप्रमाणें मुंबईतल टोलेजंग म्युनिसिपालिटीच्या उत्पन्नाचे भरीस पंतसचिवासारखीं दहाबारा संस्थानें घातलीं, तरी तो खडडा भरून येणें नाहीं. यावरून "उपरकी तो खूप बनी और अंदरकी तो राम जणी" या प्रसिद्ध म्हणीप्रमाणें प्रसंग गुजरला आहे. जिकडे पहावें तिकडे दुतर्फा चिरेबंदी गटारें बांधलेले विस्तीर्ण रस्ते, चहूंकडे विलायती खांबांवर कंदिलांची रोषणाई, जागोजाग विलायती खापरी व लोखंडी नळांसहित पाण्याच्या तोट्या, मुत्र्या, कचऱ्याच्या गाड्या वगैरे सामानांचा थाट जमला आहे. परंतु पूर्वींचे राजेरजवाडे जरी मूर्तिपूजक असून इंग्रज लोकांसारखे विद्वान नव्हते तरी त्यांनीं

आपल्या रयतेच्या सुखसंरक्षणाकरितां मोठमोठ्या राजमार्गाचे दोन्ही बाजूंनीं झाडें, जागोजाग गांवकुसू पूल, बहुतेक ठिकाणीं, भुईकोट, किल्ले व गढ्या, कित्येक ठिकाणीं धरणें, कालवे, विहिरी, तलाव व अहमदनगर, औरंगाबाद, विजापूर, दिल्ली, पुणें वगैरे शहरांतून मजबूत पाण्याचे नळ हौद, देवालयें, मशिदी व धर्मशाळा, मोऱ्या, पाणपोई वगैरे सरकारी खजिन्यांतील द्रव्य खर्ची घालून तयार केल्या होत्या. हल्लींचे आमचे **महातत्त्वज्ञानी खऱ्या एका देवास भजणारे इंग्रज सरकार बहादर,** म्युनिसिपालिटीचे द्वारें अन्य मार्गानें रयतेचें द्रव्य हरण करून, त्या द्रव्यापासून सदरचीं कामें पुरीं करूं लागल्यापासून आंतून रयतेस दिवसेंदिवस प्रामाणिकपणानें चरितार्थ चालविण्याचें सामर्थ्य कमी कमी होत चालल्यामुळें त्यांस दुर्गुणावलंबन करण्याचें हें एक प्रकारचें शिक्षणच देत आहे. तशांत हल्लीं अशा सुबत्तेचे काळांत चार (Journal of the East India Association, No. 3, Vol. VII, page 124.) कोट रयतेस दिवसांतून दोन वेळां पोटभर अन्न मिळत नाहीं व ज्यांस भुकेची व्यथा अनुभवल्यावांचून एक दिवससुद्धां सुना जात नाहीं, असें उघडकीस आलें आहे. यास्तव आमच्या न्यायशील सरकारनें अक्षरशत्रु शेतकऱ्यांचे शेतांवर वाजवी शेतसारा स्थायिक करून, त्यांस विद्वान करून शेतक्रीसंबंधीं ज्ञान दिलें म्हणजे ते पेशवे (A Sepoy Revolt by Henry Mead, pages 133 and 134.), टोपे, खाजगीवाले, पटवर्धन, फडके वगैरे निमकहरामी बंडखोर ब्राह्मणांचे नादीं लागून, आपल्या प्राणास मुकणार नाहींत. शिवाय या देशांत इंग्रजाचें राज्य झाल्यादिवसापासून इंग्लंडांतील विद्वान कसबी लोक आपल्या अकलेच्या जोरानें यंत्रद्वारें तेथें तयार केलेला माल, येथील सर्व अक्षरशून्य ढोरामांगांपासून तो लोहार व विणकरांचे पोटावर पाय देऊन, त्यांजपेक्षा स्वस्त विकूं लागले. यास्तव येथील तांदूळ, कापूस, अळशी, कातडी वगैरे मालाचा खप इकडे न जाहल्यानें तो माल इंग्लंडांतील व्यापारी पाहिजे त्या दरानें स्वस्त खरेदी करून, विलायतेंतील कसबी लोकांस विकून त्याच्या नफ्यावर कोट्याधीश बनले आहेत. सारांश या सर्व कारणांमुळें शेतकऱ्यांनीं लागवडीकडे केलेला खर्चसुद्धा उभा राहणेची मारामार

पडते. तेव्हां ते मारवाड्यांपासून कर्ज काढून सरकारी पट्टी देतात. व याविषयीं बारीक चौकशी करण्याकरितां नेमलेल्या ऎषआरामांत गुंग असणाऱ्या व संध्यासोंवळ यामध्यें निमग्न असणाऱ्या भट सरकारी कामगारांस फुरसत तरी सांपडते काय? त्यांतून इकडील कित्येक मोठ्या आडनांवाच्या सभांतील सरकारी चोंबड्या नेटिव्ह चाकरांनीं "शेतकरी लोक लग्नकार्यनिमित्त्यानें बेलगामी खर्च करितात म्हणून ते कर्जबाजारी झाले आहेत," अशी लटकीच पदरची कंडी उठविल्यावरून, महासमुद्राचे पलीकडील आमच्या महाज्ञानी, चार चार घोड्यांच्या चारटांत बसून फिरणाऱ्या मेंढपाळ स्टेट सेक्रेटरीस, शेतकऱ्यांचें पोकळ ऎश्वर्य जेव्हां पाहवेना, तेव्हां त्यांनीं तेथील कसबी लोकांनीं तयार केलेल्या विलायती जिनसांवर अजीबात जकात काढून टाकली. येथें त्यांनीं आपल्या शहाणपणाची कमाल केली! त्यांनीं आपले बडेबडे सावकारांस सालदरसाल सुमारें पांच कोट रुपये व्याज देण्याविषयीं मनांत काडीमात्र विधिनिषेध न आणतां, येथील कायदेकौन्सिलचे द्वारें ज्या लोकांस गरीबीचा इंगा बिलकुल ठाऊक नाहीं, अशा ऎषआरामी युरोपियन व सोंवळ्या नेटिव्ह जज्जांकडून गरीब बापड्या तुटपुंज्या सावकाराचें अजीबाद व्याज खुंटविण्याचें सोंग उभें करविलें आहे. अहो, सरकारचे मनांत जर आम्हां कंगाल शेतकऱ्यांविषयीं खरोखर कळवळा आहे, तर ते आपले विलायती सावकारांचें एक अर्व रकमेचें व्याज अजीबाद बंद कां करीत नाहींत? आणि तसें केल्याबरोबर शेतकऱ्यांचे पाय कसे थारीं लागत नाहींत, हें पाहूं बरें? परंतु आमच्या सरकारनें मध्येंच एखादी नवीन मोहीम परदेशांत उपस्थित करून तिकडे ही वांचविलेली एकम खर्ची घालू नये, म्हणजे त्यांच्या न्यायीपणाची चहूंकडे वाहवा होईल व मे वेडरबर्नसाहेबासारख्या परोपकारी, उदार पुरुषांनीं प्रथम आपल्या विलायतीं सरकारांचें व्याज अजीबाद कमी करण्याविषयीं सरकारची चांगली कानउघाडणी करण्याचें काम एकीकडे ठेवून, अशा नव्या ब्यांकी उपस्थित करण्याचे नादीं लागून शेतकऱ्याचे माथ्यावर अपेशाचें खापर फोडूं नये. कारण त्यापासून कोणत्याही पक्षाचें हित होणें नाहीं, इतकेंच नव्हे परंतु याशिवाय आमचे गव्हरनर जनरलसाहेबांनीं एकंदर सर्व लष्करी, न्याय,

जंगल, पोलिस, विद्या वगैरे लहानमोठ्या सरकारी खात्यांतील शंभर रुपयांचे पगारावरील कामगारांचे पगार व पेनशनी कमी करण्याविषयीं आपल्या मुख्य विलायती सरकारास शिफारस करून, त्याविषयीं बंदोबस्त केल्याविना, शेतकऱ्यांस पोटभर अन्न व अंगभर वस्त्र मिळून त्यांचे कपाळचा कर्जबाजारीपणा सुटणार नाहीं. शेतकऱ्यांनीं आपल्या बायकांमुलांसह रात्रंदिवस शेतांत खपावें, तरी त्यास शेतसारा व लोकलफंड वारून आपल्या कुटुंबांतील दर माणशीं दरमहा तीन तीन रुपयेही पडत नाहींत; आणि साधारण युरोपियन व नेटीव्ह सरकारी कामगारांस दरमहा पंधरा रुपये नसत्या किरकोळ खर्चास व दारुपाण्याससुद्धां पुरत नाहींत. मग कलेक्टर वगैरे कामगारांसारख्या नबाबांचे येथील बेलगामी किरकोळ खर्चाविषयी गोष्ट काढल्यास आमचें कोण ऐकतो? यास्तव आपण, येथील एक आठ बैली कुणबाया ओढणारा शूद्र शेतकरी असून त्याचे चारपांच कर्ते मुलगे आहेत व ज्याचें कुटुंबांतील सुनाबाळा एकापेक्षां एक अधिक एकमेकींच्या पायावर पाय देऊन चढाओढीनें, घरीं व शेतीं, रात्रंदिवस खपणाऱ्या आहेत व जो ब्राह्मण, गुजर अथवा मारवाडी सावकाराची फुटकी कवडीसुद्धां कर्ज देणें लागत नाहीं, अशाची स्थिती, येथील एका युरोपियन पलटणींतील साधारण गोऱ्या सोजराच्या स्थितीशीं सूक्ष्म रीतीनें तुलना करून पाहिली असतां, त्यामध्यें काशीरामेश्वरापेक्षांही जास्ती अंतर दिसून येतें. इकडे शूद्र शेतकरी लंगोटी नेसून करगुट्याला चुनातंबाखूची गुंतविलेली बटवी, डोईवर चिंध्यांचें पागोटें, उघडाबंब, अनवाणी, हातांत नांगराची मूठ धरून भर कडक उन्हामध्यें सर्व दिवसभर, शिंपलेवजा नोकदार धसकटांनीं युक्त अशा खरबरीत ढेकळांतून आठ बैलाशीं झटे घेतां घेतां गीत गाऊन नांगर हांकीत आहे; तिकडे गोरा शिपाई पायांत पाटलोन, अंगांत पैरणीवर लाल बनाती डगलें, डोईवर कलाबूतचा कशीदा काढलेली नखरेदार टोपी, पायांमध्यें सुती पायमोज्यावर विलायती वजविलेल्या मजबूत मऊ कातड्याचा बूट, कंबरेवर कातड्याचें तोस्तान व खांद्यावर चापाची बंदूक घेऊन, दररोज सकाळीं अथवा सायंकाळीं हवाशीर मैदानांत तास अर्धा तास परेडीची कसरत करीत आहे. इकडेस शूद्र शेतकऱ्यांचा पिढीजादा दरबारी पोशाख म्हटला

म्हणजे, जाडाभरडा खादीचा दुहेरी मांडचोळणा, बंडी, पासोडी, खारवी पागोटें आणि दोरीनें आळपलेला गांवठी जोडा, ज्यांची निहारी व दुपार संध्याकाळचें जेवण जोंधळे, नाचणीची किंवा कोंड्याभोंड्याच्या भाकरीं, वा गाजरेंरताळांची वरू, कालवण आमटी अथवा बोंबलाचें खळगुट, तेंही नसल्यास चटणीच्या गोळ्याशिवाय भाकरीवर दुसरें कांहीं मिळावयाचें नाहीं. चटणी भाकर कां होईना, परंतु ती तरी वेळच्या वेळीं व पोटभर त्यास मिळते काय? राहतें घर बैलांच्या गोठ्याशेजारीं असून ज्याच्या उशापायथ्याशीं तीन्ही वासरें, पारडीं अथवा कर्डें बांधलेली असल्यामुळें घरांत चहूंकडे मुतारीची उबट घाण चालली आहे फाटके पटकूर व मळकट गोधडीचें अंथरूण पांघरूण, सर्व गांवच्या म्हशी पाण्यांत बसून बसून खराब झालेल्या डोहाचे खालचे बाजूस उकरलेल्या डहुऱ्यांतील पाणी पिण्याचें गांवांतील खिंडार तेंच त्यांचा शेतखाना, तशांत मोडशी होऊन त्यास जाळताप आल्यास चांगल्या औषधी व त्यांचा माहीतगार डॉक्टराच्या नांवानें आंवळ्याएवढें पूज्य, याशिवाय सरकारी शेतसारा वगैरे फंड व पट्या कोठून व कशा द्याव्यात, यासंबंधीं त्यांच्या उरावर कटार टांगलेली असते, अशा अभागी शेतकऱ्यांची अक्कल गुंग होणार नाहीं, असें एखाद्या वाकबगार गोऱ्या अथवा काळ्या डाक्टराच्यानें छातीस हात लावून म्हणवेल काय? तिकडे सरकार विलायतेहून गोऱ्या शिपायांच्या पोषाकाकरितां उंच कपडे, बनाती, रुमाल, पायमोजे, बूट खरेदी करून आणवितें, सरकार त्यांच्या खाण्यापिण्याकरितां उत्तम गहूं, तांदूळ, डाळ, निकोपी तरुण गाया, शेळ्या व मेंढ्यांचें मांस, विलायती पोरटर वगैरे अंमली दारू, निर्मळ तेल, तूप, दूध, साखर, चहा, मीठ, मिरच्या, गरम मसाला, सुरी, कांटा वगैरे सामान येथें खरेदी करून, ख्रिस्ती अचाऱ्याकडून तीन वेळां ताजा पाक सिद्ध करवून त्यास वेळचे वेळीं आयतें जेऊं घालितात. त्यास राहण्याकरितां लाखों रुपये खर्ची घालून सरकारनें दोन मजली टोलेजंग बराकी बांधल्या आहेत. जीमध्यें लोखंडी खाट, बिछान्यावर उशी, पलंगपोसासह धाबळीची सोय केली असून वरतीं रोषणाईसाठीं हंडी लोंबत आहे. बराकीचे आंगणांत स्नानाकरितां न्हाणी करून तिजमध्यें “फिल्टर” केलेले पाण्याची तोटी

सोडली आहे. त्याचप्रमाणें स्वच्छ सोयींचें शौचकूप केलेंच आहे. तशांत अजीर्णामुळें किंचित खोकला किंवा ताप आला कीं, त्यांच्या जिवासाठीं दवाखाना तयार केलेला असून त्यामध्यें शेंकडों रुपये किंमतीचीं औषधें, शस्त्रें वगैरे ठेवून त्यावर हजारों रुपये दरमहा पगाराच्या डाक्टराची नेमणूक करून, त्यांच्या तैनातींत डोलीसुद्धां हमाल दिलेले आहेत. याशिवाय त्यास देण्यामागण्याची काळजी नसून, घर, शेतखाना, झाडू, पाणी, रस्ता, शेत व लोकलफंड पट्टी वगैरे देण्याची ददात नसून, असमानी व टोळ्यांच्या सुलतानीविषयीं बिलकूल काळजी नाहीं आणि यावरूनच आपण सोंवळ्यांतील नेटिव्ह कामगारांस धि:कारानें म्हणतों कीं, पहा हा नेटिव्ह कामगार, ऐषआरामीं युरोपियन कामगारांचे पुढें पुढें करून अज्ञानी शेतकऱ्यांपासून लांच खाऊन कसा सोजरासारखा लाल गाजर पडला आहे. काय हा उधळेपणा ! याला म्हणावें तरी काय? यास्तव आमचे डोळे झांकून निराकार परमात्म्याची प्रार्थना करणाऱ्या, विलायती सरकारानें येथील धूर्त ब्राह्मणांनीं उपस्थित केलेले समाजांच्या व वर्तमानपत्रांच्या गुलाबी लिहिण्यावर बिककुल भरंवसा न ठेवितां, एकंदर सर्व आपल्या सरकारी खात्यांतील गोऱ्या व काळ्या कामगारांस वाजवीपेक्षा जास्ती केलेले पगार अजीबाद कमी करून, अज्ञानानें गांजलेल्या दुबळ्या शूद्र शेतकऱ्यांस विद्यादान (A Sepoy Revolt by Henry Mead, pages 280, 81, 82, 83, 85 and 86.) देऊन त्यांच्या बोडक्यावरील शेतसारा, टोल वगैरे पट्या कमी न केल्यास, थोड्याच कालांत या जुलमाचा परिणाम फार भयंकर होणार आहे, असें आमच्या ऐषआरामी उधळ्या सरकारचे कानांत सांगून याप्रसंगीं पुरें करितों.

प्रकरण ४ थे

शेतकर्यांसहित शेतकीची हल्लींची स्थिती

या प्रकरणाचे आरंभीं रात्रंदिवस शेत खपणाऱ्या कष्टाळू, अज्ञानी शेतकऱ्यांच्या कंगाल व दीनवाण्या स्थितीविषयीं वाटाघाट तूर्त न करितां, ज्यांच्या आईच्या आज्याची मावशी अथवा बापाच्या पंज्याची मुलगी, शिंद्याचे अथवा गाइकवाडाचे घराण्यांतील खाशा अथवा खर्ची मुलास दिली होती, येवढ्या कारणावरून माळी, कुणबी, धनगर वगैरे शेतकऱ्यांत मराठ्यांचा डौल घालून शेखी मिरविणाऱ्या कर्जबाजारी, अज्ञानी कुणब्यांच्या हल्लींच्या वास्तविक स्थितीचा मासला तुम्हास याप्रसंगीं कळवितों. एक कुळवाडी एके दिवशीं नदीच्या किनाऱ्याजवळच्या हवाशीर दाट आंबराईतील कलेक्टरसाहेबांच्या कचेरीच्या तंबूकडून, मोठ्या रागाच्या त्वेषांत हातपाय आपटून दांतओठ खात आपल्या गांवाकडे चालला आहे. ज्याचें वय सुमारें चाळीशीच्या भरावर असून हिम्मतींत थोडासा खचल्यासारखा दिसत होता. डोईवर पीळदार पेंचाचें पांढरें पागोटें असून त्यावर फाटक्या पंचानें टापशी बांधलेली होती. अंगांत खादीची दुहेरी बंडी व गुढघेचोळणा असून पायांत सातारी नकटा जुना जोडा होता. खांद्यावर जोट, त्यावर खारवी बटवा टाकला असून, एकंदर सर्व कपड्यांवर शिमग्यांतील रंगाचे पिवळे तांबूस शिंतोडे पडलेले होते. पायांच्या टांचा जाड व मजबूत होत्या खऱ्या, परंतु कांहीं कांहीं ठिकाणीं उकलून भेगा पडल्यामुळें थोडासा कुलपत चालत होता. हाताच्या कांबी रुंद असून, छाता पसरट होता. चोटीशिवाय भवूक दाढीमिशा ठेवल्यामुळें वरील दोन दोन फाळ्या दातांचा आयब झांकून गेला होता. डोळे व कपाळ विशाळ असून आंतील बुबूळ गारोळें भोऱ्या रंगाचें होतें. शरीराचा रंग गोरा असून एकंदर सर्व चेहरामोहरा ठीक बेताचा होता. परंतु थोडासा वाटोळा होता. सुमारें बारावर दोन वाजल्यावर घरीं पोंहोचल्यावर जेवण झाल्यानंतर थोडासा आराम करण्याचे इराद्यानें माजघराचे खोलींत जाऊन तेथें वलणीवरील बुरणूस घेऊन त्यानें जमिनीवर अंथरला आणि त्यावर उशाखालीं घोंगडीची वळकटी घेऊन तोंडावर अंगवस्त्र टाकून निजला. परंतु

सकाळीं उठून कलेक्टरसाहेबांची गांठ घेतली व ते आपल्या चहापाण्याच्या व खाण्यापिण्याच्या नादांत गुंग असल्यामुळें त्यांच्यानें माझी खरी हकीकत ऐकून घेऊन, त्याजपासून मला हप्ता पुढें देण्याविषयीं मुदत मिळाली नाहीं या काळजींने त्यास झोंप येईना. तेव्हां त्यानें उताणें पडून आपले दोन्ही हात उरावर ठेवून आपण आपल्याच मनाशीं बावचळल्यासारखें बोलूं लागला—

“इतर गांवकऱ्यांसारखा मी पैमाष करणाऱ्या भटकामगारांची मूठ गार केली नाहीं यास्तव त्यांनीं टोपीवाल्यास सांगून मजवर शेतसारा दुपटीचे वर वाढविला व त्याच वर्षी पाऊस अळस टळम पडल्यामुळें एकंदर सर्व माझ्या शेत व बागाइती पिकास धक्का बसला, इतक्यांत बाप वारला. व याच्या दिवसमासाला बराच खर्च झाला, यामुळें पहिले वर्षी शेतसारा वारण्यापुरतें कर्ज ब्राह्मण सावकारापासून काढून त्यास मळा गहाण देऊन रजिस्टर करून दिला. पुढें त्यानें मन मानेल तसें, मुद्दल कर्जावरील व्याजाचे कच्च्यांचे बच्चे करून माझा बारवेचा मळा आपल्या घशांत सोडला. त्या सावकाराच्या आईचा भाऊ रेव्हेन्यूसाहेबांचा दफ्तरदार, चुलता कलेक्टरसाहेबांचा चिटणीस, थोरल्या बहिणीचा नवरा मुनसफ आणि बायकोचा बाप या तालुक्याचा फौजदार, याशिवाय एकंदर सर्व सरकारी कचेऱ्यांत त्यांचे जातवाले ब्राह्मणकामगार, अशा सावकाराबरोबर वाद घातला असता, तर त्याच्या सर्व ब्राह्मण आप्तकामगारांनीं हस्तेंपरहस्तें भलत्या एखाद्या क्षुल्लक कारणावरून माझा सर्व उन्हाळा केला असता. त्याचप्रमाणें दुसरे वर्षी घरांतील बायकामुलांच्या अंगावरील किडुकमिडूक शेतसाऱ्याचे भरीस घालून नंतर पुढें दरवर्षी शेतसारा अदा करण्याकरितां गांवांतील गुजरमारवाडी सावकारांपासून कर्जाऊ रकमा काढिल्या आहेत, त्यांतून कित्येकांनीं हल्लीं मजवर फिर्यादी ठोकल्या आहेत व ते कज्जे कित्येक वर्षांपासून कोडतांत लोळत पडले आहेत. त्याबद्दल म्यां कधीं कधीं कामगार व वकिलांचे पदरीं आवळण्याकरितां मोठमोठाल्या रकमा देऊन, कारकून, चपराशी, लेखक व साक्षीदार यांस भत्ते भरून चिऱ्यामिऱ्या देतां देतां माझ्या नाकास नळ आले आहेत. त्यांतून लांच न

खाणारे सरकारी कामगार कोठें कोठें सांपडतात. परंतु लांच खाणाऱ्या कामगारांपेक्षा, न लांच खाणारे कामगार फारच निकामी असतात. कारण ते बेपर्वा असल्यामुळें त्यांजवळ गरीब शेतकऱ्यांची दादच लागत नाहीं व त्यांच्या पुढें पुढें करून जिवलग गड्याचा भाव दाखविणारे हुषार मतलबी वकील, त्यांच्या नांवानें आम्हां दुबळ्या शेतकऱ्यांतर सावकार सांगतील त्याप्रमाणें आपल्या बोडक्यांवर त्यांचे हुकुमनामे करून घ्यावेत. यावरून कोणी सावकार आत मला आपल्या दारापाशीं उभे करीत नाहींत ! तेव्हां गतवर्षीं लग्न झालेल्या माझ्या थोरल्या मुलीच्या अंगावरील सर्व दागिने व पितांबर मारबाड्याचे घरीं गहाण टाकून पट्टीचे हप्ते वारले. त्यामुळें तिचा सासरा त्या बिचारीस आपल्या घरीं नेऊन नांदवीत नाहीं. अरे, मी या अभागी दुष्टानें माझ्यावरील अरिष्ट टाळण्याकरितां माझ्या सगुणाचा गळा कापून तिच्या नांदण्याचें चांदणें केलें ! आतां मी हल्लीं सालचा शेतसारा द्यावा तरी कोठून? बागाइतांत नवीन मोटा विकत घेण्याकरितां जवळ पैसा नाहीं. जुन्या तर अगदीं फाटून त्यांची चाळण झाली आहे. त्यामुळें उंसाचें बाळगें मोडून हुंडीचीहि तीच अवस्था झाली आहे मकाही खुरपणीवांचून वायां गेली. भूस सरून बरेच दिवस झाले. आणि सरभड गवत, कडब्याच्या गंजी संपत आल्या आहेत. जनावरांना पोटभर चारा मिलत नसल्यामुळें कित्येक धट्टेकट्टे बैल उठवणीस आले आहेत. सुनाबाळांचीं नेसण्याचीं लुगडीं फाटून चिंध्या झाल्यामुळें लग्नांत घेतलेलीं मौल्यवान जुनीं पांघरुणें वापरून त्या दिवस काढीत आहेत. शेती खपणारीं मुलें वस्त्रावांचून इतकीं उघडींबंब झालीं आहेत कीं, त्यांना चारचौघांत येण्यास शरम वाटते. घरांतील धान्य सरत आल्यामुळें राताळ्याच्या वरूवर निर्वाह चालू आहे. घरांत माझ्या जन्म देणाऱ्या आईच्या मरतेवेळीं तिला चांगलें चुंगलें गोड धोड करून घालण्यापुरता मजजवळ पैस नाहीं, याला उपाय तरी मीं काय करावा? बैल विकून जर शेतसारा द्यावा, तर पुढें शेतकी कोणाच्या जीवावर ओढावी? व्यापारधंदा करावा, तर मला लिहितां वाचतां मुळींच येत नाहीं. आपला देश त्याग करून जर परदेशांत जावें, तर मला पोट भरण्यापुरता कांहीं हुन्नर ठाऊक

नाहीं. कण्हेरीच्या मुळ्या मीं वाटून प्यालयास कर्तीधर्ती मुलें आपलीं कशीतरी पोटें भरतील. परंतु माझ्या जन्म देणाऱ्या वृद्ध बयेस व बायकोसह माझ्या लहानसहान चिटकुल्या लेकरांस अशा वेळीं कोण सांभाळील? त्यांनीं कोणाच्या दारांत उभें रहावें? त्यांनीं कोणापाशीं आपलें तोंड पसरावें?"

म्हणून अखेरीस मोठा उसासा टाकून रडतां रडतां झोपीं गेला. नंतर मी डोळे पुशीत घराबाहेर येऊन पहातों तों त्याचें घर एक मजला कौलारू आहे. घराचे पुढचे बाजूस घरालगत आढेमेढी टाकून बैल बांधण्याकरिता छपराचा गोठा केला आहे. त्यांत दोनतीन उठवणीस आलेले बैल रवंथ करीत आहेत व एक बाजूला खंडी सवाखंडीच्या दोनतीन रिकाम्या कणगी कोपऱ्यांत पडल्या आहेत बाहेर आंगणांत उजवे बाजूस एक आठ बैली जुना गाडा उभा केला आहे त्यावर मोडकळीस आलेला तुराठ्यांचा कुरकुल पडला आहे डावे बाजूस एक मोठा चौरस ओटा करून त्यावर एक तुळशीवृंदावन बांधलें आहे व त्यालगत खापरी रांजणाच्या पाणईचा ओटा बांधला आहे. त्यावर पाण्यानें भरलेले दोनतीन मातीचे डेरे व घागरी ठेविल्या आहेत. पाणईशेजारीं तीन बाजूला छाट दिवालीं बांधून त्यांचे आंत आबडधोबड फरशा टाकून एक लहानशी न्हाणी केली आहे. तिच्या मोरीवाटे वाहून गेलेल्या पाण्याचें बाहेरचे बाजूस लहानसे डबकें सांचलें आहे त्यामध्यें किड्यांची बुचबुच झाली आहे त्याचे पलीकडे पांढऱ्या चाफ्याखालीं, उघडीं नागडीं सर्व अंगावर पाण्याके ओघळाचे डाग पडलेले असून; खर्जुलीं, डोक्यांत खवडे, नाकाखालीं शेंबडाच्या नाळी पडून घामट अशा मुलांचा जमाव जमला आहे. त्यांतून कितीएक मुलें आपल्या तळहातावर चिखलाचे डोले घेऊन दुसऱ्या हातांनीं ऊर बडवून "हायदोस, हायदोस" शब्दांचा घोष करून नाचत आहेत; कोनी दारूपिठ्याचें दुकान घालून कलालीन होऊन पायांत बाभळीच्या शेंगांचे तोडे घालून दुकानदारीण होऊन बसली आहे. तिला कित्येक मुलें चिचोक्याचे पैसे देऊन पाळीपाळीनें लटकी पाण्याची दारू प्याल्यावर तिच्या अमलामध्यें एकमेकांच्या अंगावर होलपडून पडण्याचें हुबहुब सोंग आणीत आहेत

त्याचप्रमाणें घराचे पिछाडीस घरालगत आढे-मेंढी टाकून छपरी गोठा केला आहे. त्यांत सकाळीं व्यालेली म्हैस, दोनतीन वासरें, एक नाळपडी घोडी बांधली आहे. भिंतीवर जिकडे तिकडे कोण्याकोपऱ्यांनीं घागरीं, तांबडीं गोचिडें चिकटलीं आहेत. छपराच्या वळचणीला वेणीफणी करितांना निघालेले केसांचे बुचके जागोजाग कोंबले आहेत. त्यालगत बाहेर परसांत एके बाजूस कोंबड्याचें खुराडें केलें आहे. त्याशेजारीं एकदोन कैकाडी झांप पडलेले आहेत व दुसरे बाजूस हातपाय धुण्याकरितां व खरकटीं मडकींभांडीं घासण्याकरितां गडगळ दगड बसवून एक उघडी न्हाणी केली आहे. तिच्या खुल्या दरजांनीं जागोजाग खरकटें जमा झाल्यामुळें त्यांवर माशा घोंघों करीत आहेत. पलीकडे एका बाजूला शेणखई केली आहे. त्यांत पोरासोरांनीं विष्ठा केल्यामुळें चहूंकडे हिरव्या माशा भणभण करीत आहेत. शेजारीं पलीकडे एका कोपऱ्यांत सरभड गवत व कडब्यांच्या गंजी संपून त्यांच्या जागीं त्या त्या वैरणींच्या पाचोळ्यांचे लहानमोठे ढीग पडले आहेत. दुसऱ्या कोपऱ्यांत गोवऱ्यांचा कलवड रचिला आहे, त्याचे शेजारीं बाभळीच्या झाडाखाली मोडक्या औतांचा ढीग पडला आहे, त्याच्या खालीं विलायती धोतरे उगवले आहेत, त्यामध्यें नुकतीच व्यालेली झिपरी कुत्री आल्यागेल्यावर गुरगुर करीत पडली आहे. शेजारीं गवाणींतील चघळचिपाटांचा ढीग पडला आहे. बाकी उरलेल्या एकंदर सर्व परसांत एक तरुण बाई घराकडे पाठ करून गोवऱ्या लावीत आहे. तिचे दोन्ही पाय शेण तुडवून तुडवून गुढग्यापावेतों भरले होते पुढें एकंदर सर्व माजघरांत उंच खोल जमीन असून येथें पहावें, तर दळण पाखडल्याचा वैचा पडला आहे; तेथें पहावें, तर निसलेल्या भाजाच्या काड्या पडल्या आहेत. येथें खाल्लेल्या गोंधणीच्या बिया पडल्या आहेत, तेथें कुजक्या कांद्यांचा ढीग पडला आहे, त्यांतून एक तऱ्हेची उबट घाण चालली आहे. मध्यें खुल्या जमिनीवर एक जख्ख झालेली म्हातारी खालींवर पासोडी घालून कण्हत पडली होती. तिच्या उशाशीं थोड्याशा साळीच्या लाह्या व पितळीखालीं वाटींत वरणाच्या निवळींत जोंधळ्याची भाकर बारीक कुसकरून काला व पाणी भरून ठेवलेला तांब्या होता. शेजारीं पाळण्यांत तान्हें मूल टाहो फोडून रडत पडलें आहे. याशिवाय कोठें

मुलाच्या मुताचा काळा ओघळ गेला आहे कोठें पोराचा गू काढल्यामुळें लहानसा राखेचा पांढरा टवका पडला आहे. घरांतील कित्येक कोनेकोपरे चुनातंबाखू खाणाऱ्यांनीं पिचकाऱ्या मारून तांबडेलाल केले आहेत, एका कोपऱ्यांत तिघीचौघींचे भलें मोठें जातें रोविलें आहे. दुसऱ्या कोपऱ्यांत उखळाशेजारीं मुसळ उभें6 केलें आहे आणि दाराजवळील कोंपऱ्यांत केरसुणीखालीं झाडून लावलेल्या कचऱ्याचा ढीग सांचला आहे; ज्यावर पोरांची गांड पुसलेली चिंधी लोळत पडली आहे. इकडे चुलीच्या भाणुशीवर खरकटा तवा उभा केला आहे आवलावर दुधाचें खरकटें मडकें घोंगत पडलें आहे. खालीं चुलीच्या आळ्यांत एके बाजूला राखेचा ढीग जमला आहे, त्यामध्यें मनीमांजरीनें विष्ठा करवून तिचा मागमुद्दा नाहींसा केला आहे. चहूंकडे भिंतीवर ढेकूणपिसा मारल्याचे तांबूस रंगाचे पुसट डाग पडले आहेत. त्यांतून कोठें पोरांचा शेंबूड व कोठें तपकिरीच्या शेंबडाचें बोट पुसले आहे एका देवळींत आतले बाजूस खात्या तेलाचें गाडगें, खोबरेल तेलाचें मातीचें बुटकुलें, दांतवणाची कळी, शिंगटाची फणी, तखलादी आरशी, काजळाची डबी आणि कुंकाचा करंडा एकेशेजेनीं मांडून ठेविले आहेत व बाहेरच्या बाजूस देवळीच्या किनाऱ्यावर रात्रीं दिवा लावण्याकरितां एकावर एक तीनचार दगडांचें दिवे रचून उतरंड केली आहे. त्यांतून पाझरलेल्या तेलाचा ओघळ खालीं जमिनीपावेतों पसरला आहे. त्या सर्वांचें वर्षांतून एकदां आषाढ वद्य अमावस्येस कीट निघावयाचे. दुसरे देवळींत पिठाचे टोपल्याशेजारीं खालीं डाळीचा कणूरा व शिळ्या भाकरीचे तुकडे आहेत. तिसऱ्या देवळींत भाकरीच्या टोपल्याशेजारीं थोड्या हिरव्या मिरच्या, लसूण, कोथिंबीर, दुधाची शिंप व आंब्याच्या करंड्या पडल्या आहेत, ज्यावर माशा व चिलटें बसून एकीकडून खातात व दुसरीकडून त्यांजवर विष्ठा करीत आहेत. आणि चौथ्या देवळींत सांधलेल्या जुन्या वाहाणांचा व जोड्यांचा गंज पडला आहे. शेजारीं चकमकीचा सोकटा व गारेचे तुकडे पडले आहेत. एका खुंटीवर अंथरावयाच्या जुन्या जीर्ण झालेल्या घोंगड्या व चवाळीं ठेविलीं आहेत. दुसरीवर पांघरावयाच्या गोधड्या व पासोड्या ठेविल्या आहेत व तिसरीवर फाटके मांडचोळणे व बंड्या ठेविल्या आहेत. नंतर माजघराचे खोलींत

जाऊन पहातों, तों जागोजाग मधल्या भिंतीला लहानमोठ्या भंडाऱ्या आहेत. त्यांतून एका भंडारीस मात्र साधें गांवठी कुलूप घातलें होतें. येथेंही जागोजाग खुंट्यांवर पांघरुणांची बोचकीं व सुनाबाळांचे झोळणे टांगले आहेत. एका खुंटीला घोडीचा लगाम, खोगीर, वळी व रिकामी तेलाची बुधली टांगली आहे. दुसरीला तेलाचा नळा टांगला आहे. शेवटीं एका बाजूला भिंतीशीं लागून डेऱ्यावर डेरे व मडकीं रचून पांच उतरंडी एके शेजेनीं मांडल्या आहेत. शेजारीं तुळईला दोन मोळाचीं शिंकीं टांगलीं आहेत. त्यावर विरजणाचें व तुपाचें गाडगें झांकून ठेविलें आहे. अलीकडे भला मोठा एक कच्च्या विटांचा देव्हारा केला आहे. त्याच्या खालच्या कोनाड्यांत लोखंडी कुऱ्हाडी, विळे आणि विळी पडली आहे. वरतीं लहानसें सारवी वस्त्र अंथरून त्यावर रुप्याचे कुळस्वामीचे टांक एके शेजेनीं मांडले आहेत. त्यांच्या एके बाजूस दिवटी बुधली उभी केली आहे व दुसरे बाजूस दोम दोम शादावलाची झोळी, फावडी उभी केली आहे. वरती मंडपिला उदाची पिशवी टांगली आहे. खालीं बुरणुसावर शेतकऱ्यास गाढ झोंप लागून घोरत पडला आहे. एका कोपऱ्यांत जुनी बंदुकीची नळी व फाटक्या जेनासहित गादीची वळकुटी उभी केली आहे. दुसऱ्या कोपऱ्यांत नांगराचा फाळ, कुळवाच्या फाशी, कोळप्याच्या गोल्ह्या, तुरीची गोधी व उलटी उभी केलेली ताक घुसळण्याची रवी आणि तिसऱ्या कोपऱ्यांत लवंगी काठी व पहार उभी केली आहे. सुमारें दोनतीन खणांत तुळ्यांवर वकाण व शेराचे सरळ नीट वांसे बसवून त्यावर आडव्यातिडव्या चिंचेच्या फोकाट्यांच्या पटईवर चिखलमातीचा पेंड घालून मजबूत माळा केला आहे. ज्यावर राळा, राजगिरा, हुलगा, वाटाणा, पावटा, तीळ, चवळी वगैरे अनेक भाजीपाल्यांचें बीं जागोजाग डेऱ्यांतून व गाडग्यांतून भरून ठेविलें आहे. वरतीं कांभिऱ्याला बियाकरितां मक्याच्या कणसांची माळ लटकत असून पाखाडीला एके ठिकाणीं चारपांच वाळलेले दोडके टांगले आहेत. दुसऱ्या ठिकाणीं दुधाभोपळा टांगला असून तिसऱ्या ठिकाणीं शिंक्यावर काशीफळ भोपळा ठेविला आहे. चवथ्या ठिकाणीं नळ्यासुद्धां चाडें व पाभारीची वसू टांगली असून, कित्येक ठिकाणीं चिंध्याचांध्यांचीं बोचकी कोंबलीं आहेत. मध्यें एका कांभिऱ्याला बाशिंगें

बांधलीं आहेत. वरती पहावें, तर कौलांचा शेकार करण्यास तीनचार वर्षे फुरसत झाली नाहीं व त्याचे खालचें तुराठ्याचें ओमण जागोजाग कुजल्यामुळें गतवर्षी चिपाडानें सांधलें होतें, म्हणून त्यांतून कोठकोठें उंदरांनीं बिळें पाडलीं आहेत. एकंदर सर्व घरांत स्वच्छ हवा घेण्याकरितां खिडकी अथवा सवाना मुळींच कोठें ठेविला नाहीं. तुळ्या, कांभिरें, ओंमणासहित वांशांवर धुराचा डांबरी काळा रंग चढला आहे. बाकी एकंदर सर्व रिकाम्या जागेंत कांतिणीनीं मोठ्या चातुर्यानें, अति सुकुमार तंतूनीं गुंफलेलीं मच्छरदाणीवजा आपलीं जाळीं पसरलीं आहेत, ज्यांवर हजारों कांतिणीचीं पिलें आपली खेळकसरत करीत आहेत. ओंमण, वांसे, तुळ्यांवर जिकडे तिकडे मेलेल्या घुल्यांचीं व कांतिणीचीं विषारी टरफलें चिकटलीं आहेत, त्यांतून तुळ्या वगैरे लांकडाच्या ठेवणीवर कित्येक ठिकाणीं उंदीर व झुरळांच्या विषारी लेंड्यांनीं मिश्र झालेल्या धुळीचे लहानलहान ढीग जमले आहेत, फुरसत नसल्यामुळें जेथें चारपांच वर्षांतून एकदांसुद्धां केरसुणी अथवा खराटा फिरविला नाहीं. इतक्यांत उन्हाळा असल्यामुळें फार तलखी होऊन वळवाचा फटकारा येण्याचे पूर्वीं वादळाचे गर्दी मध्यें वाऱ्याचे सपाट्यानें कौलांच्या सापटीतून सर्व घरभर धुळीची गर्दी झाली, तेव्हां तोंड वासून घोरत पडलेल्या कुणब्याच्या नाकातोंडांत विषारी धूळ गेल्याबरोबर त्यास ठसका लागून, तो एकाएकी दचकून जागा झाला. पुढें त्या विषारी खोकल्याच्या ठसक्यानें त्याला इतकें बेजार केलें कीं, अखेरीस थोडासा बेशुद्ध होऊन तो मोठमोठ्यानें विवळून कण्हू लागला. त्यावरून त्याच्या दुखणायीत म्हातारे आईनें माजघरांतून धडपडत त्याच्याजवळ येऊन त्याचे मानेखालीं खोगराची वळी घातल्यानंतर त्याच्या हनवटीला हात लावून तोंडाकडे न्याहाळून रडतां रडतां म्हणाली, "अरे भगवंतराया, मजकडे डोळे उघडून पहा. रामभटाच्या सांगण्यावरून तुला साडेसातीच्या शनीनें पीडा करूं नये, म्हणून म्यां, तुला चोरून, कणगींतले पल्लोगणती दाणे नकट्या गुजरास विकून अनेक वेळां मारुतीपुढें ब्राह्मण जपास बसवून सवाष्ण ब्राह्मणांच्या पंक्तीच्या पंक्ती कि रे उठविल्या ! कित्येक वेळीं बाळा, तुला चोरून परभारा गणभटाचे घरीं सत्यनारायणाला प्रसन्न करण्या

निमित्त ब्राह्मणांचे सुखसोहळे पुरविण्याकरितां पैसे खर्च केले आणि त्या मेल्या सत्यनारायणाची किरडी पाजळली. त्यानें आज सकाळीं कलेक्टरसाहेबाचे मुखीं उभें राहून तुला त्याजकडून सोयीसोयीनें पट्टी देण्याविषयीं मुदत कशी देवविली नाहीं? अरे मेल्या ठकभटानों, तुमचा डोला मिरविला. तुम्ही नेहमीं मला शनि व सत्यनारायणाच्या थापा देऊन मजपासून तूपपोळ्यांचीं भोजनें व दक्षिणा उपटल्या. अरे, तुम्ही मला माझ्या एकुलत्या एक भगवंतरायाच्या जन्मापासून आजदिनपावेतों नवग्रह वगैरेंचे धाक दाखवून शेंकडों रुपयांस बुडवून खाल्लें आतां तुमचें तें सर्व पुण्य कोठें गेलें? अरे, तुम्ही मला धर्ममिषें इतकें ठकविलें कीं, तेवढ्या पैशांत मी अशा प्रसंगी माझ्या बच्याच्या कित्येक वेळां पट्ट्या वारून, माझ्या भगवंतरायाचा गळा मोकळा करून त्यास सुखी केलें असतें ! अरे, तुमच्यांतीलच राघूभरारीनें प्रथम इंग्रजांस उलटे दोन आणे लिहून देऊन त्यास तळेगांवास आणिलें. तुम्हीच या गोरे गैर माहितगार साहेबलोकांस लांड्यालबाड्या सांगून, आम्हां माळ्याकुणब्यांस भिकारी केलें आणि तुम्हीच आतां, आपल्या अंगांत एकीचें सोंग आणून इंग्रज लोकांचे नांवानें मनगटें तोडीत फिरतां. इतकेंच नव्हे, परंतु हल्लीं माळी कुणबी जसजसे भिकारी होत चालले, तसतसे तुम्हांस त्यांना पहिल्यासारखें फसवून खातां येईना, म्हणून तुम्ही ब्राह्मण, टोपीवाल्यास बाटवून, पायांत बूट-पाटलोन व डोईवर सुतक्यासारखे पांढरे रुमाल लावून, चोखामेळ्यापैकीं झालेल्या ख्रिस्ती भाविकांच्या गोऱ्यागोमट्या तरुण मुलींबरोबर लग्नें लावून, भर चावडीपुढें उभे राहून माळ्याकुणब्यांस सांगत फिरतां कीं– “आमच्या ब्राह्मण पूर्वजांनीं जेवढे म्हणून ग्रंथ केले आहेत, ते सर्व मतलबी असून बनावट आहेत. त्यांत त्यांनीं उपस्थित केलेल्या धातूंच्या किंवा दगडांच्या मूर्तींत कांहीं अर्थ नाहीं. हें सर्व त्यांनीं आपल्या पोटासाठीं पाखंड उभें केलें आहे. त्यांनीं नुकताच पलटणींतील परदेशी लोकांत सत्यनारायण उपस्थित करून, आतां इतके तुम्हां सर्व अज्ञानी भोळ्या भाविक माळ्या कुणब्यांत नाचवूं लागले आहेत ही त्यांची ठकबाजी तुम्हांस कोठून कळणार? यास्तव तुम्ही या गफलति ब्राह्मणांचें ऐकून धातूच्या व दगडांच्या देवाच्या पूजा करूं नका तुम्ही

सत्यनारायण करण्याकरितां कर्जबाजारी होऊन ब्राह्मणाचे नादीं लागूं नका. तुम्ही निराकार परमात्म्याचा शोध करा, म्हणजे तुमचें तारण होईल." असा, परंतु तुम्ही आम्हा या भितर्‍या माळ्याकुणब्यांस उपदेश करीत फिरण्यापेक्षां प्रथम आपल्या जातबांधवांचे आळ्यांनीं जाऊन त्यांस सांगावें कीं, "तुम्ही आपल्या सर्व बनावट पोथ्या जाळून टाका. माळी, कुणबी, धनगर वगैरे शेतकर्‍यांस खोटे उपदेश करून आपलीं पोटें जाळूं नका," असा त्यांस वारवार उपदेश करून त्यांजकडून तसें आचरण करवूं लागल्याबरोबर शेतकर्‍यांची सहज खात्री होणार आहे. दुसरें असें कीं, आम्ही जर तुम्हां पाद्र्या ब्राह्मणांचें ऐकून आचरण करावें, तर तुमचेच जातवाले सरकारी कामगार येथील गोर्‍या कामगारांच्या नजरा चुकावून भलत्यासलत्या सबबी कटवून आम्हा शेतकर्‍यांच्या मुलांबाळांची दशा करून सोडतील–इतक्यांत शेतकरी शुद्धीवर येतांच आपल्या मातुश्रीच्या गळ्यास मिठी घालून रडू लागला.

आतां बाकी उरलेले एकंदर सर्व कंगाल, दीनदुबळे, रात्रंदिवस शेतीं खपून कष्ट करणारे, निव्वळ आज्ञानी, माळी, कुणबी, धनगर वगैरे शेतकर्‍यांच्या हल्लींच्या स्थितीविषयीं थोडेसें वर्णन करितों, तिकडेस सर्वांनीं कृपा करून लक्ष पुरविल्यास त्यांजवर मोठे उपकार होतील. बांधवहो, तुम्ही नेहमीं स्वतः शोध करून पाहिल्यास तुमची सहज खात्री होईल कीं, एकंदर सर्व लहानमोठ्या खेड्यापाड्यांसहित वाड्यांनीं शेतकर्‍यांचीं घरें, दोन तीन अथवा चार खणांची कवलारू अथवा छपरी असावयाचीं. प्रत्येक घरांत चुलीच्या कोपर्‍यांत लोखंडी उलथणें अथवा खुरपें, लांकडी काथवट व फुंकणी, भाणुशीवर तवा, दुधाचें मडकें व खालीं आळ्यांत रांधणाच्या खापरी तवल्या, शेजारीं कोपर्‍यांत एखादा तांब्याचा हंडा, परात, काशाचा थाळा, पितळी चरवी अथवा वाटी, नसल्यास जुन्या गळक्या तांब्याशेजारीं मातीचा मोखा, परळ व जोगल्या असावयाच्या. त्यालगत चारपांच डेर्‍यामडक्यांच्या उतरंडी ज्यांत थोडे थोडे साठप्याला खपले, हुलगे, मटकी, तुरीचा कणुरा, शेवया भुईमुगाच्या शेंगा, भाजलेल्या हुळा, गव्हाच्या ओंब्या, सांडगे,

बिबड्या, मीठ, हळकुंडें, धने, मिरीं, जिरें, बोजवार, हिरव्या मिरच्या, कांदे, चिंचेचा गोळा, लसूण, कोथिंबीर असावयाची. त्याचेलगत खालीं जमिनीवर काल संध्याकाळीं, गोडबोल्या भट पेनशनर सावकाराकडून, व दिढीनें जुने जोंधळे आणलेले. तुराठ्यांच्या पाट्या भरून त्या भिंतीशीं लावून एकावर एक रचून ठेवलेल्या असावयाच्या. एके बाजूला वळणीवर गोधड्या, घोंगड्यांचीं पटकुरें व जुन्यापान्या लुगड्यांचें धड तुकडे आडवेउभे दंड घालून नेसण्याकरितां तयार केलेलें धडपे, भिंतीवर एक लांकडाची मेख ठोकून तिजवर टांगलेल्या चिंध्याचांध्याच्या बोचक्यावर भुसकट व गोंवऱ्या वहावयाचीं जाळीं, दिव्याच्या कोनाड्यांत तेलाच्या गाडग्याशेजारीं फणी व कुंकाचा करंडा, वरतीं माळ्यांवर गोंवऱ्या व तीनधारी निवडुंगाचे सरपणाशेजारीं वैरण नीट रचून ठेविली असावयाची. खालीं जमिनीवर कोन्याकोपऱ्यांनीं कुदळ, कुऱ्हाड, खुरपें, कुळवाची फास, कोळप्याच्या गोल्ह्या, जातें, उखळ, मुसळ व केरसुणीशेजारीं थुंकावयाचें गाडगें असावयाचें. दरवाज्याबाहेर डावे बाजूला खापरी रांजणाच्या पाणईवर पाणी वहावयाचा डेरा व घागर असून पलीकडे गडगळ दगडाची उघडी न्हाणी असावयाची. उजवे बाजूला बैल वगैरे जनावरें बांधण्याकरिता आढेमेढी टाकून छपरी गोठा केलेला असावयाचा. घरांतील सर्व कामकाजांचा चेंधा उपसून पुरुषांच्या पायांवर पाय देऊन दिवसभर शेतीं काम उरकूं लागणाऱ्या बायकोच्या अंगावर सुताडी धोटा बांड व चोळी, हातांत रुप्याचे पोकळ गोठ व ते न मिळाल्यास कथलाचे गोठ नि गळ्यांत मासा सवामासा सोन्याचें मंगळसूत्र, पायाच्या बोटांत चटचट वाजणारीं काशाचीं जोडवीं, तोंडभर दांतवण, डोळेभर काजळ आणि कपाळभर कुंकू, याशिवाय दुसऱ्या शृंगाराचे नांवानें आंवळ्याएवढे पूज्य. उघडीं नागडीं असून अनवाणी सर्व दिवसभर गुराढोरांच्या वळत्या करीत फिरणाऱ्या मुलांच्या एका हातांत रुप्याचीं कडीं करून घालण्याची ऐपत नसल्यामुळे त्यांच्याऐवजीं दोन्ही हातांत कथलाचीं कडीं व उजव्या कानांत पितळेच्या तारेंत खरड्यांच्या बाळ्या. याशिवाय अंगावर दुसऱ्या अलंकाराचे नांवानें शिमगा. हिंवावाऱ्यांत व उन्हातान्हांत रात्रंदिवस शेतीं खपणाऱ्या

शेतकऱ्याचे कंबरेला लुगड्यांचे दशांचा करगोटा, खादीची लंगोटी टोपीवर फाटकेसे पागोटें, अंगावर साधे पंचे न मिळाल्यास घोंगडी व पायांत ठिगळें दिलेला अथवा दोरीनें आवळलेल्या जोड्यांशिवाय बाकी सर्व अंग सळसळीत उघडेंबंब असल्यामुळें, त्याच्यानें अतिशय थंडीपावसाळ्यांत हंगामशीर शेतीं मेहनत करवत नाहीं. त्यांतून तो अक्षरशून्य असून त्यास सारासार विचार करण्याची बिलकुल ताकद नसल्यामुळें तो धूर्त भटांच्या उपदेशावरून हरीविजय वगैरे निरर्थक ग्रंथांतील भाकडकथेवर विश्वास ठेवून पंढरपूर वगैरे यात्रा, कृष्ण व रामजन्म व सत्यनारायण करून अखेरीस रमूजीकरीता शिमग्यांत रात्रंदिवस + + मारतां मारता नाच्यापोराचे तमाशे ऐकण्यामध्यें आपला वेळ थोडा का निरर्थक घालवितो? त्यास मुळापासून विद्या शिकण्याची गोडी नाहीं व तो निवळ अज्ञानी असल्यामुळें त्यास विद्येपासून काय काय फायदे (A Sepoy Revolt, by Henry Mead, page 293.) होतात, हें शेतकऱ्याच्या प्रत्ययास आणून देण्याचेऐवजीं शेतकऱ्यांनीं विद्या देण्याची कडेकोट बंदी केली होती. तशी जरी दुष्टबुद्धी आमचें हल्लींचें सरकार दाखवीत नाहींत; तरी त्यांच्या बाहेरील एकंदर सर्व वर्तणुकीवरून असें सिद्ध करितां येईल कीं, शेतकऱ्यांस विद्वान करण्याकरितां विद्याखात्याकडील सरकारी कामगारांचे मनांतून खरा कळवळा नाहीं. कारण आज दीनतागाईत विद्या देण्याच्या निमित्तानें सरकारनें लोकलफंड द्वारें शेतकऱ्यांचे लक्षावधी रुपये आपल्या घशांत सोडले असून, त्या ऐवजाच्या मानाप्रमाणे आजपावेतों त्यांचानें शेतकऱ्यांपैकीं एकालासुद्धां कलेक्टरची जागा चालविण्यापुरती विद्या देण्यांत आली नाहीं. कारण खेड्यापाड्यांतील एकंदर सर्व शाळांनीं भट ब्राह्मण (A Sepoy Revolt by Henry Mead, page 288.) शिक्षकांचा भरणा, ज्यांची किंमत चिखलमातीचा धंदा करणाऱ्या बेलदार कुंभारांपेक्षां कमी, ज्यांस शेतकऱ्यांच्या नांगरांच्या मुठी कोणीकडून धरावयाच्या, याविषयीं बिलकुल माहिती अंगीं, आम्ही सर्व मानव प्राण्यांत श्रेष्ठ, म्हणून गर्वाचा ताठा मिरवणाऱ्या मगरूर शिक्षकांकडून त्यांच्या पूर्वजांनीं सर्वोपरी नीच केलेल्या शेतकऱ्यांच्या मुलांस शिस्तवार व सोईची विद्या देववेल तरी कशी?

कोठें जेव्हां त्यांस शहरगांवीं चाकऱ्या मिळण्याचें त्राण उरत नाहीं, तेव्हां ते विद्याखात्यांतील ब्राह्मण कामगारांचे अर्ज करून खेड्यापाड्यांनीं पंतोजीच्या चाकऱ्या करून कशी तरी आपली पोटें जाळितात. परंतु कित्येक शेतकऱ्यांचा, खेड्यापाड्यांनीं शेतावर गुजारा न झाल्यामुळें ते तेथें उपाशी न मरतां परागंदा होऊन मोठमोठ्या शहरांनीं पाहिजेल त्या मोलमजुऱ्या करून पोटें भरीत असतां, त्यांतून फारच थोड्या शेतकऱ्यांचीं मुलें कांहीं अंशीं नांवाला मात्र विद्वान झालीं आहेत. तथापि एकंदर सर्व सरकारी खात्यांनीं ब्राह्मण विद्वानांचा युरोपियन गोऱ्या कामगारांवर पगडा पडल्यामुळें हीं शेतकऱ्यांची साडेसात तुटपुंजीं विद्वान मुलें, आपल्या इतर अज्ञानी शेतकरी जातबांधवांचा सत्यानाश सरकारे ब्राह्मण कामगार कसा करितात, तो सर्व बाहेर उघडकीस आणून सरकारचे कानावर घालण्याविषयीं आपल्या गच्च दांतखिळी बसवून, उलटें ब्राह्मणांचे जिवलग शाळूसोबती बनून त्यांनीं उपस्थित केलेल्या सभानीं त्यांबरोबर सरकारच्या नांवानें निरर्थक शिमगा करूं लागतात. अशीं सोंगें जर ब्राह्मणांबरोबर न आणावींत, तर ते लोक आपल्या पुस्तकांसह वर्तमानपत्रांनीं यांच्याविषयीं भलत्यासलत्या नालस्त्या छापून यांजवर कोणत्या वेळीं काय आग पाखडतील व याशिवाय, मामलेदार, शिरस्तेदार, माजिस्ट्रेट, इंजिनीयर, डाक्टर, न्यायाधीश वगैरे ब्राह्मण कामगार असून अखेरीस सरकारी रिपोर्टर जरी, धर्मानें ख्रिस्ती तथापि हाडाचा ब्राह्मण, या एकंदर सर्व ब्राह्मण कामगारांचा सरकारी खात्यांनीं भरणा असल्याकारणामुळें, ते या तुटपुंज्या साडेसातीस आपलाल्या कचेऱ्यांनीं भलत्या एखाद्या सबबीवरून उभे न करितां, एखादे वेळीं त्यांचा डाव साधल्यास यांच्या पोटावर पाय देतील, या भयास्तव हे आपल्या मनांतून ब्राह्मण कामगारांचे नांव ऐकल्याबरोबर टपटपा लेंड्या गाळितात; इतकेंच नव्हे, परंतु कित्येक विद्वान भटब्राह्मण सोंवळ्याओवळ्याचा विधिनिषेध न करितां या साडेसाती चोंबड्या शूद्र विद्वानांच्या उरावर पाय देऊन विलायतेस जाऊन परत आल्याबरोबर पुन: यांच्यासमक्ष आपल्या जातींत मिळून वावरत आहेत. तथापि या साडेसात शेळीच्या गळ्यांतील गलोल्या, आपल्या अज्ञानी आप्तबांधव शेतकऱ्यांसमोर

निर्लज्ज होऊन भटब्राह्मणांस आपले घरीं उलटे बोलावून, त्यांच्या हातून नानाप्रकारचे विधी करून त्यांच्या पायांचीं तीर्थें प्राशन करितात, या कोडगेपणाला म्हणावें तरी काय? कदाचित सरकारी ब्राह्मण कामगारांचे आश्रयावांचून यांचीं पोटें भरत नाहींत म्हणून म्हणावें, तर गांवांत थोडी का + + पोट भरितात ! ! असो. हल्लीं शेतकऱ्यांची निहारी, शिळ्या तुकड्यांवर लाल चटणीचा गोळा, दुपारीं ताज्या भाकरीबरोबर आमटी अथवा सांडग्याचें खळगुट; रात्रीं निवळ वरणाचे पाण्यांत जोंधळ्याच्या अथवा मक्याच्या कण्या, मध्यें कधीं गाजरें अथवा रताळीं पिकल्यास त्यांच्या वरूवर गुजारा करावा लागतो, तरी त्यांस नेहमीं वेळच्या वेळीं पोटभर भाकरी मिळावयाच्या नाहींत. यास्तव मध्येंच एखादे वेळीं भुक लागल्याबरोबर औत उभें करून हिरव्यासरव्या आंब्याच्या कैऱ्या, भोंकरें, उंबरें, गाभुळल्या चिंचा वगैरे शेताच्या आसपास जो कांहीं खाण्याचा पदार्थ हातीं लागेल, तो खाऊन त्यावर ढसढसा पाणी पिऊन पुन्हा आपले औत हाकावयास जातो, व ज्या ज्या वेळीं पोटभर भाकरी मिळतात, त्या त्या वेळीं तो त्या आधाशासारख्या खातां खातां मध्यें कधीं पाणी पीत नाहीं, यामुळें त्यास सर्व दिवसभर किरमिट ढेंकर वगैरे येऊन मोडशी विकारानें त्यास नानाप्रकारचे रोग होतात व त्यांचे शमनार्थ दमडीचा औंवा अथवा सुंठसाखर मिळण्याची भ्रांती ! यामुळें हिंवतापाच्या आजारानें अखेरीस यमसदनास जावें लागतें. सणावारास कित्येककांचे घरीं उत्तम पक्वान्न म्हटलें म्हणजे गुळवण्याबरोबर पुरणाच्या पोळ्या, तोंडीं लावण्याकरितां तेलांत तळलेल्या कुरड्या, पापड्या व फुरफुरीं व शेवटीं आमटीबरोबर भात. बहुतेकांच घरीं डाळरोट्या व तोंडीं लावण्याकरिता सांडग्यांचे कोरड्यास. बाकी उरलेल्या कंगाल शेतकऱ्यांस गुजरमारवाड्यांनीं उधार सामुग्र्या न दिल्यास ते नाचणी अथवा ज्वारीच्या भाकरीवर कशी तरी वेळ मारून नेतात यास्तव बहुतेक शेतकऱ्यांस कर्ज काढल्याशिवाय पट्टी वारण्याची सवडच होत नाहीं व अशा लाचार शेतकऱ्यांनीं आपल्या मुलीबद्दल निदान पांचपंचवीस रुपये घेतल्याशिवाय त्यांस त्यांचीं लग्नें करून देतां येत नाहींत. त्यांतून अट्टल कर्जबाजारी शेतकऱ्यास ब्राह्मण अथवा मारवाडी सावकारांनीं त्यांचे मुलांच्या लग्नाकरितां कर्ज न

दिल्यास, कित्येक मुलें भर ज्वानींत आल्याबरोबर त्यापैकीं कित्येक तरूण निराळ्या मार्गानें मदाग्नि शांत करूं लागल्यामुळें त्यांस क्षयाच्या बाधा होऊन वायां जातात. त्याविषयीं नामांकित डाक्तर विद्वानांच्या पुराव्यासहित मी पुढें एखादे वेळीं आसुडाच्या पुरवणीदाखल शेतकऱ्यांचें थापटणें या नांवाचा एक स्वतंत्र निबंध करून आपल्यापुढें सादर करीन. कित्येक तरूण नि:संग होऊन चोरीछापीनें काडीमहालांतील खाटल्यावर जाऊन खटपटी करूं लागल्यामुळें थोड्याच दिवसांत ते कैलासवासी होतात व बाकी उरलेलीं, चोर, बंडखोरांचे नादीं लागून आपल्या जिवास मुकतात (भूदेव वासुदेव फडक्याच्या नादीं लागून बहुतेक अज्ञानी शूद्र, रामोसी काळ्या पाण्यास व कित्येक तर फाशीं गेले.), व ज्यास नवरीच्या बापास देण्यापुरतें कर्ज मिळून उभे केलेल्या लग्नांत शेतकऱ्याजवळ पुरते पैसे नसल्यामुळें एकंदर सर्व माळी, कुणबी व धनगरांपैकीं तरूण दिवसां शेतकामें करून सर्व रात्रभर जात्यावर बसून एकमेकांच्या मांड्यांशीं मांड्या भिडवून हिजड्यासारखीं बायकांचीं गाणीं (बामनाच्या मुला, कोठें जातोशी जोडाया ! हातीं दवूत लेखणी, फिरशी कुणबी नाडाया !!) गाऊन गहूं, ज्वारी दळून बाकी सर्व लहानमोठीं कामें करूं लागतात. त्याचप्रमाणें गांवांतील तरूण स्त्रिया वरमाईस बरोबर घेऊन कांदे चिरून, हळकुंडें फोडून भाजल्या बाजरीचा वेरूवार, हळद, चिकसा दळून काढितात. यामुळें सदरच्या पदार्थांची घाण, रात्रंदिवस काम करणाऱ्या वरमाईच्या हिरव्या रंगाच्या, पातळाच्या घाणीमध्यें मिसळून तिच्या सर्व अंगाची इतकी उबट दुर्गंधी चालते कीं तिजपासून जवळच्या मनुष्यास फार त्रास होतो. त्याच्या घरापुढें अंगणांत लहानसा लग्नमंडप शेवरीच्या मेढी रोवून त्यांजवर आडव्या तिडव्या फोंकाठ्यावर आंब्याचे टहाळे टाकून नांवाला मात्र सावली केली असते. ढोलकी अथवा डफड्याचे महारमांगाचे बदसूर वाजंत्र्याची काय ती मौज ! नवऱ्या मुलास गडंगनेर म्हटलें, म्हणजे पितळीमध्यें अर्ध पावशेराच्या भातावर थोडासा गूळ व नखभर तूप घातलें कीं, नवऱ्या मुलीमुलांबरोबर फिरणारीं मुलें लांडग्यासारखी घांसामागें घांसाचे लचके मारून एका मिनिटांत पितळी चाटून पुसून मोकळी करितात लग्नांतील भोजनसमारंभ

रस्त्यावर हमेशा बसावयाकरितां पडदा अंथरल्याशिवाय पंगत पडावयाची. देवकार्याचे दिवशीं सर्वांनीं आपआपल्या घरून पितळ्या घेऊन आल्यानंतर त्यांमध्ये ज्वारीच्या भाकरी, कण्या अथवा बाजरीच्या घुगऱ्याबरोबर सागुतीचे बरबट, ज्यामध्यें दर एकाच्या पितळींत एकदां चार अथवा पांच आंतडींबरगड्याचे रवे पडले म्हणजे जेवणारांचें भाग्य. कारण एकंदर सर्व बकऱ्याचीं मागचीं पुढचीं टिंगरें दोनदोन तीनतीन दिवस पुढें घरांतील वऱ्हाडांसहित मुलांबाळांस तयार करून घालण्याकरितां घरांत एका बाजूला टांगून ठेवितात. गांवजेवणांत वाळल्याचिळ्या इस्ताऱ्यांवर थोड्याशा भातांत उभे केलेल्या द्रोणांतील गुळवण्यांत, तेलांत तळलेल्या तेलच्या कुसकरून खातां खातां, गाजरें अथवा बटाट्याची भाजी तोंडीं लावून अखेरीस हुंदाड्याबरोबर शेवटचा भात खाऊन वरतीं तांब्याभर पाणी पिऊन डरदिवशीं ढेंकर दिले कीं, शेतकऱ्याचें जेवण संपले. त्या सर्व जेवणामध्यें हजार मनुष्यांमागें दमडीचेंसुद्धां तूप मिळावयाचें नाहीं अशा थाटाचीं शेतकऱ्यांत लग्ने होत असून येथील एकंदर सर्व गैरमाहित शहाणे ब्राह्मणांतील विद्वान, आपल्या सभांनीं लटक्यामुटक्या कंड्या उठवून कारभारींस सुचवितात कीं, शेतकरी आपले मुलाबाळांचे लग्नांत निरर्थक पैसा खर्च करितात, यामुळें ते कर्जबाजारी झाले आहेत. अहाहा ! हे सार्वजनिक (A Sepoy Revolt by Henry Mead, pages 234, 270 and 271.) पोंकळ नांवाच्या समाजांत, एकतरी मांगमहार शेतकऱ्यास त्या समाजाचा सभासद करून त्यास आपल्या शेजारीं कधींतरी घेऊन बसले होते काय? अथवा यांच्यांतील गांवोगांव वेदावर पांडित्य करणाऱ्या गृहस्थांपैकीं एखाद्या स्वामीनें तरी उघड जातीभेदाच्या उरावर पाय देऊन शूद्राच्या पंक्तींस बसून तेथील एखादा बरबटाचा फुरका मारून शेतकरी खर्चीक म्हणून म्हणावयाचें होतें. हे नाटकांतील फार्सांत लाडकीचें सोंग घेऊन तंबुरीचे खुंटे करून शेतकऱ्याचीं जात्यावरील गाणीं गाऊन मजा करून सोडितात; परंतु यांला आपले मुलाबाळांचे लग्नांत पल्लोगणती बाजरी गहूं दळतांना कोणी पाहिलें असल्यास त्यानें येथें उभें राहून सर्वांस कळविल्यास मी त्यांचा आभार मानीन. हे कधीं तरी शेतकीचीं कामें स्वत: हातांनीं करितात काय? त्यांना

शेतकीचा इंगा माहित आहे काय? असो, परंतु शेतकरणीसारख्या यांच्या घरांतील स्त्रिया आपल्या घरांतील शेणशेणकूर करून शेतीं नवऱ्याबरोबर पाभारीमागें तुरी वगैरे मोघून शेतीं खुरपण्याकाढण्या वगैरे करूं लागून खळ्यावर कणसें मोडून तिवड्याभोंवतीं गंज करून मळणी होतांच दाणे उपणतांना वावड्यावर पुरुषास उपणपाट्या उरापोटावर उचलून देऊन, डोईवर राखराखुंडा, शेण, सोनखतांचे पाट्यांचीं व काड्यागवत वगैरे भुसकटांचीं ओझीं वाहून उन्हाळ्यात शेतीं काम कमी असल्यामुळें सडकेवर खडी फोडून दिवसभर मोलमजुरी करून, आपल्या भटभिक्षुक पतीस अशा तऱ्हेच्या मदती करीत नसून दररोज सकाळीं निजून उठल्याबरोबर वेणीफणी करून, घरांतील सडासारवण, स्वयंपाक व धुणेंधाणें आटोपून सर्व दिवसभर पोथ्यापुराणें ऐकत बसून लग्नसमयीं जात्याच्या खुंट्याला हात न लावितां अंगावर शालजोड्या घेवून पुढें शेतकऱ्यांच्या बायकापोरींच्या डोक्यावर रुखवतांच्या शिपतरांची धिंड काढून शूद्रांनीं हातीं धरलेल्या अबदागिरीखालीं मशालीचे उजेडांत, पायांत जोडे घालून शृंगाराच्या डौलांत मोठ्या झोंकानें मिरविणाऱ्या असून, या कुभांड्यासारखे शेतकरी आपल्या मुलाबाळांच्या लग्नमंडपांत विजेची रोषणाई करून आपल्या जातबांधवांस मोठमोठाल्या रकामांची उधळपट्टी करून तूपपोळ्या व लाडूजिलब्यांचीं प्रयोजनें घालून फक्त भटब्राह्मणांच्या सभा भरवून त्यांस शेंकडों रुपये दक्षिणा वाटून आपल्या घराण्यांतील गरती सुनाबाळांची परवां न करितां त्यांच्यासमोर निर्लज्ज होऊन गांवांतील वेसवाकसबिणींच्या नाचबैठकांत बसून त्यांचीं वेडीविद्रीं गाणीं ऐकल्यानंतर त्यांस मन मानेल तशा बिदाग्या देत नाहींत. सणावारांस कां होईना, शेतकरी आपल्या आल्या जन्मांतून एकदां तरी आपल्या खोपटांत घीवर, चुरमा, जिलब्या, बासुंदी, श्रीखंड अथवा बुंदीचे लाडू कुटुंबातील मुलांबाळांस घालण्यापुरतें त्यांजवळ यांनीं व गोऱ्या कामगारांनीं, कांहीं तरी त्राण ठेविलें आहे काय? या वाचाळांच्या तोंडाला कोणी हात लावावा? अहो, यांच्या धूर्त पूर्वजांनीं मनू वगैरे धर्मशास्त्रांतील घाणेरड्या ग्रंथांत जातिभेदाचें थोतांड उभें करून, उलटें शेतकऱ्यांनीं इंग्रज लोकांस जर नीच मानणाऱ्या प्यादेमातीचा डाव मांडून ठेविला नसता, तर

आज सर्वांचेसमोर एक अपूर्व चमत्कार करून दाखविला असता. तो असा कीं, गव्हरनरसाहेबांच्या स्त्रिया मखमलीच्या फुलासारख्या नाजूक असल्यामुळें त्यांस तर या कामीं तसदी न देतां, दहापांच युरोपियन कलेक्टरसाहेबांच्या मडमांस त्यांच्या मुलाबाळांसहित जर शेतकऱ्यांचे लग्नात आमंत्रणें करून आणिल्या असत्या व त्यांस शेतकऱ्यांचे स्त्रियांबरोबर लग्नांतील सर्व कामें आटोपावयास लाऊन मुख्य वऱ्हाडणी केल्या असत्या, तर त्यांनीं येथील दुर्गंधी, खाण्यापिण्याचा थाट, अंथरुणाचा बोभाट व बाज्या भराड-गोंधळाचा किलकिलाट वगैरे अव्यवस्था पाहून दुसरे दिवशीं सकाळींच तेथून आपलीं (A Sepoy Revolt by Henry Mead, page44.) मुलेंलेंकरें जागचे जागीं टाकून पळून गेल्या नसत्या, तर या धूर्तांनीं माझें नांव बदलून ठेवावें, अशी मी भर सभेंत चक्रीदार पागोटीं घालून हातांत वेळूच्या पिंवळ्या काठ्या घेऊन फिरणाऱ्या अजागळ शूद्र चोंबड्या चोपदारासमोर मिशांवर ताव देऊन छातीला हात लाऊन प्रतिज्ञा करितों. या उभयतां काळ्या व गोऱ्या कामगारांनीं रात्रंदिवस मौजा मारण्याकरितां विलायत सरकारची नजर चुकावून अज्ञानी शेतकऱ्यांवर नानाप्रकारच्या भलत्यासलत्या बाबी बसवून त्यास इतका नागवा उघडाबंब केला आहे कीं, त्याला एजंट व गव्हरनरसाहेबांस आपल्या दरबारांत पानविड्याकरितां आमंत्रण करून बोलावण्याची शरम वाटते. अरे, ज्यांचे श्रमांवर(A Sepoy Revolt by Henry Mead, page 198.) सरकारी फौजफाटा, दारूगोळा, गोऱ्या कामगारांचा वाजवीपेक्षां जास्ती ऐषआराम व काळ्या कामगारांचे वाजवीपेक्षां जास्ती पगार, पेनशनी व सोंवळेचाव असून, त्यांस चारचौघांत पानविड्यापुरता मान मिळूं नये काय? अहो, जो सर्व देशांतील लोकांचे सुखाचा पाया, त्याचे असे बुरे हाल ! ज्यास वेळचे वेळीं पोटभर भाकर व अंगभर वस्त्र मिळत नसून, ज्याचे उरावर सरकारी पट्टी देण्याची कटार लोंबत आहे, ज्याच्या हालास साहेब लोकांचा शिकारी कुत्रासुद्धां हुंगून पाहीना, याला म्हाणावें तरी काय? ज्यास मुळींच आपल्या लीपींतील मूळाक्षरसुद्धां वाचतां येत नाहीं, त्यानें शेतकीसंबंधीं अन्य भाषेंतील ग्रंथ वाचून शेतसुधारणा तरी कशी करावी? ज्यास नेहमीं फाके(A Sepoy Revolt by Henry Mead, pages 334 and 358.) चालले आहेत, त्यानें आपलीं मुलें परगांवीं मोठमोठ्या शहरांतील ॲग्रिकलचर शाळेंत शिकण्याकरितां कशाच्या अथवा कोणाच्या आधारावर पाठवावीं?

आतां आपण शेतकऱ्यांचे हल्लींचें शेतस्थितीकडे वळूं. आमचे महादयाळू इंग्रजी सरकारचा अम्मल या सोंवळ्या देशांत झाल्यादिवसापासून त्यांनीं येथील धष्टपुष्ट गाया कोंवळ्याकाच्या वांसरासहित वाहतुकीचे खांदकरी बैलास यज्ञविधी केल्याशिवाय मारून, मुसलमान, मांग, महार वगैरे आचार्यांस बरोबर घेऊन खाऊं लागल्यावरून, शेतकऱ्याजवळ कष्टाच्या उपयोगी पडण्याजोग्या मजबूत बैलांचें बेणें कमी कमी होत गेलें. तशांत पर्जन्याची अनावृष्टि झाल्यावरून पडलेल्या दुष्काळांत चारापाण्यावांचून लक्षावधि बैलांचा सरसकटीनें खप होऊन त्यांचें वाटोळें झालें. दुसरें असें कीं, शेकऱ्याजवळ उरलेल्या खल्लड बैलास फारेस्टखात्याच्या अनिवार त्रासामुळें व गायरानांच्या कमताईमुळें पोटभर चारावैरण मिळेनाशी होऊन त्यांची (जनावरांची) संतति दिवसेंदिवस अतिक्षीण होत चालल्यावरून त्यांच्यांत हमेशा लाळीच्या सांथी येऊन, त्या रोगानें दरवर्षी शेतकऱ्यांचे हजारों बैल मरूं लागल्यानें कित्येक शेतकऱ्यांचे गोठ्यांतील दावणीचे खुंटे उपटले. पुढें शेतकऱ्यांजवळ पहिल्यासारखीं मनमुराद जनावरें शिल्लक नसल्यामुळें त्यांच्या बागायतीची वेळच्या वेळीं उस्तवारी होऊन त्यांस पोटभर खतपाणी मिळेनासें झाल्याबरोबर बागायती जमिनींतील फूल कमी झाल्यामुळें हल्लीं बागाईतांत पूर्वीप्रमाणें पीक होत नाहीं. शिवाय आमच्या सरकारनें धूर्त ब्राह्मण कामगारांस हाती धरून त्यांच्या मदतीनें दर तीस वर्षांनीं अज्ञानी भेकड शेतकऱ्यांच्या शेतीचा पैमाष करून त्यांजवर मन मानेल तसे शेतसारे वाढवूं लागल्यानें शेतकऱ्यांची हिम्मत खचून त्यांच्यानें त्यांच्या शेताची मशागत होईना, यास्तव कोट्यावधि शेतकऱ्यांस पोटभर भाकर व अंगभर वस्त्र मिळेनासें झालें. यावरून शेतकरी जसेजसे शक्तिहीन होऊं लागले, तसतशा त्यांच्यांत महामारीच्या आजाराच्या सांथी येऊं लागल्यामुळें दरवर्षी हजारों शेतकरी मरूं लागले. तशांत

दुष्काळाच्या अमलांत अन्नावांचून लक्षावधि शेतकऱ्यांचा खप होऊन यमपुरीस गेले व कित्येकांच्या दाराला जरी काठ्या लागल्या, तरी एकंदरीनें त्यांची पहिल्यापेक्षां खानेसुमारी जास्त वाढल्यामुळें त्या मानानें पुनः पुन्हा त्याच शेतांच्या लागवडी होऊन जमिनीस विसांवा बिलकुल मिळेनासा झाला, यावरून जिराइत शेतें पिकामागें पिकें देऊन देऊन थकलीं, शिवाय दरवर्षी हजारों खंडी धान्य, कापूस, कातडीं व लोंकर परमुलखीं जात असून मुंबईसारख्या बकाली म्युनिसीपालटींतील गोऱ्या इंजिनीयर व डाक्टर कामगारांच्या गैरमाहितीमुळें, अथवा त्यांच्या आडदांडपणाच्या शैलीमुळें लक्षावधी खंडी खतांचें सत्व समुद्रांत वायां दवडल्यानें शेतांतील सत्व नाहींसें होऊन आतां एकंदर सर्व शेतें पडकळीस आलीं आहेत. अहो, हे विलायती गोरे इंजिनीयर गोऱ्या डाक्टरांचे मिलाफानें, आपल्या देशांतील कारागीर लोकांच्या सामानसुमानांचा येथें खप व्हावा, या इराद्यानें आपल्या पोटावर इंगळ ओढण्याकरितां अशा नानातऱ्हेच्या युक्त्या (स्किमा) आमलांत आणून बेसमज रयतेचें बेलगामी द्रव्य उधळून, येथील कित्येक हाताखालच्या काळ्या कामगारांकडून त्या त्या इमारतीस आपलीं नांवें देऊन मोकळे होतात. नंतर त्या इमारतीसहित रयतेचें उद्यां कां वाटोळें होईना. त्यांच्या तुंबड्या भरून लौकिक झाला, म्हणजे गंगेस घोडे नहाले. त्यांतून एखादे वर्षी पाऊस न पडल्यामुळें मुळींच शेतांनीं पिकें होत नाहींत. कधीं कधीं बैल पुरते नसल्यामुळें कित्येकांच्या पेरणीचा वाफ बरोबर न साधतां पिकास धक्का बसतो. कधीं कधीं बीं विकत घेण्यापुरते पैसे सावकारांनीं वेळेस न दिल्यामुळें अथवा मागाहून उधार आणलेलें जुनें बीं पेरल्यामुळें कित्येकांचे पिकास धक्का बसतो. अशा नानाप्रकारच्या सुलतानी व अस्मानी अरिष्टांमुळें शेतांनीं पीक न झाल्यास, शेतकऱ्यांपैकीं एकटादुकटा शेतकरी, ब्राह्मण सरकारी कामगारांचे घरीं एकांतीं त्यास पिकापाण्याची सविस्तर हकिकत कळविण्याकरितां गेला कीं, कोणी कामगार नुकताच स्नान करून अंगावर भस्म फासून पुढें पाटावर शालिग्राम मांडून अगरबत्तीच्या सुवासांत लपट होऊन त्याची पूजा करीत बसला आहे व कोणी भलती एखादी मळकट पोथी हातांत घेऊन वाचीत बसला आहे व कोणी

नांवाला गोमुखींत हात घालून गच्च डोळे झांकून जपाच्या निमित्यानें बावनखणीकडेस ध्यान लावीत आहे. इतक्यांत बाहेर ओसरीवर शेतकऱ्याचे पायाचा आवाज त्यांचे कानीं पडल्यास डोळे न उघडतां सोवळा कामगार त्यास विचारतो कीं "तूं कोण आहेस?" शे.–"रावसाहेब मी शेतकरी आहे." का० "येथें देवपूजेंत तुझें काय काम आहे? कांहीं भाजीपाला आणला असल्यास घरांत मुलाबाळांस स्पर्श न करितां यजमानीजवळ देऊन चालता हो. दुपारीं कचेरींत येऊन लेखी अर्ज तुझे नांवाचा कर, म्हणजे तुझें काय म्हणणें आहे, तें सर्व साहेबांस समक्ष जाऊन सांगेन. आतां जा कसा." पुढें शेतकऱ्यानें तसेंच मागले पायीं लागोलग राईंतील कलेक्टरसाहेबांचे तंबूचे बाहेरले बाजूस जाऊन बुटलेर पट्टेवाले व जमादारसाहेबांस मुजरे करून तंबूचे दारापुढें लांब उभा राहून पहातो, तों कोणी साहेब पायाखालीं जमिनीवर काश्मिरी गालिचाची बिछायत, अंगावर सालरजंगासारखा मोंगलाई पेहराव घालून खुर्चीआसनावर बसून लवेंडरच्या सुवासामध्यें आपल्या खाण्यापिण्याचे नादांत गुंग, कोणी कोचावर उताणा पडून पुस्तकांतील गुलाबी वर्णन वाचण्यामध्यें निसंग असल्यामुळें तेथील चपराशी त्यांस (शेतकऱ्यास) तेथून धुडकावून लावितात तेव्हां शेतकऱ्यांस आपलीं गाऱ्हाणीं सांगितल्याशिवाय घरीं मुकाट्यानें जावें लागते. यावरून गोरे कामगारांच्या रीतिभाती, मिजाज व ताजीमतवाजा व काळे कामगारांचे दौलत, विद्या, अधिकार, उंचवर्णाची शेखी व सोंवळेचाव, याच्या धुंदींत असणाऱ्या उभयतां कामगारांच्या घरांतील बेपरवा बायकापोरांशीं अज्ञानी दुबळ्या शेतकऱ्यांच्या बायकामुलांचें दळणवळण नसल्यामुळें शेतकऱ्यांच्या वास्तविक अडचणी गोऱ्या व काळ्या परजातींतील सरकारी कामगारांच्या कानावर घालण्यास मार्गच नाहीं. कारण या उभयतां सरकारीं कामगारांचें सर्वस निराळें(हें येथील लाल अथवा हिरव्या बागेंतील उपदेश करणाऱ्या शूद्र टीकोजीस माहीत कसें नाही? तो हमेशा वेडीचे सोंग कशाकरिता घेतो बरें?) आणि असे परकी कामगार शूद्र शेतकऱ्यांच्या शेताची पहाणी करून त्यास सूट देणार ! पहाणी करतेवेळीं कधीं कधीं गोरे कामगार शिकार करून थकल्यामुळें तंबूंत सडकून झोंपा मारितात आणि सोंवळे

कामगार त्या गांवांतील निर्दय कुलकर्ण्याच्या व अक्षरशून्य भितऱ्या पाटलाच्या मदतीनें गांवांतील त्याचे दोनचार दारूबाज गांवगुंड सोबती घेऊन पहाणी व्हावयाची व तत्संबंधी सर्व कागदपत्र पाहू न सूट देणारे म्हटलें म्हणजे समुद्राचे पलीकडचे गोरे कामगार ! इतकाही अट्टाहास करून शेतकऱ्यांस वेळच्या वेळीं सूट नच मिळाल्यास त्यानें मारवाड्यापासून कर्ज काढून पट्टी(A Sepoy Revolt by Henry Mead, page 29.) न वारावी तर, का त्यानें चोंऱ्यामाऱ्या करून पट्टी वारावी ! किंवा कसें? असो, परंतु अज्ञानी शेतकरी कर्जवाम काढून चावडी भरण्यास चालले कीं, त्यांच्यापुढें वाटेंत बहुतेक अक्षरशून्य ठोंबे, भटांचा थाट करून आडवे उभे राहू न फक्त “यजमान तुमचें कल्याण असो” असें म्हणून त्यांजपासून कांहीं ना कांहीं पैसे उपटतात, त्यांतून वेळीं वक्तशीर पाऊस पडून थोडेंबहु त पीक रकमेस आल्यास आमच्या जहामर्द सरकारच्या भागूबाई गोऱ्या कामगारांनीं अज्ञानी भोळ्या शेतकऱ्यांजवळून बंदुकी-बरच्या हिसकावून घेतलेल्या. त्यांच्या कित्येक पिकांचा रात्रीं डुकरें येऊन नाश करितात व बाकी उरलेल्या पिकांवर ब्राह्मण, मारवाडी, वगैरे सावकार लिंगायती व गुजराथी अडते आणि इतर जातींतील दलाल दीडीवाले नजर ठेवून त्यास ओरबडून खातात. इतकेंच नव्हे, परंतु अडत्याचे स्वयंपाकी गुजराथी ब्राह्मण, शेतकऱ्यापासून दर पल्ल्यामार्गें शेर शेर ओरबडूं लागले आहेत. असो, शेवटीं बाजार करून एकटा दुकटा शेतकरी, परत वेशीच्या दारांत आला कीं, गावांतील पोलीसपाटलासहीत एकदोन गांवगुंड, दारूबाज लुच्चांस थोडी थोडी दारू न पाजल्यास थोड्याच दिवसांत चावडीपुढें त्याची कुंदी निघालीच, असे समजा. काय हो हे आताचें ज्ञानसंपन्न धर्मराज्य ! परंतु या धर्मराज्यांत कर्मनिष्ठ ब्राह्मण कामगारांच्या कर्तबगारीने काठीला सोनें बांधून रामेश्वरापासून अटकेपावतों फिरण्यास कांहीं हरकत नव्हती. परंतु सांप्रत लक्ष्मी आपल्या ज्ञान व वस्त्रहीन झालेल्या शेतकऱ्यांच्या घरांत पोटभर भाकर व अंगभर वस्त्र मिळेना, तेव्हां कंटाळून उघड दिवसा आपल्या समुद्र पित्याचे घरीं गेली व समुद्राचे पलीकडील इंग्रज सख्या बांधवांनीं तिच्या मर्जीप्रमाणें आळस टाकून उद्योगधंद्याचा पाठलाग करून,

आपल्या घरांतील अबालवृद्ध स्त्रीजातीस बरोबरीचा मान देऊन त्यांचा इतमाम नीट ठेवूं लागल्यामुळें ती (लक्ष्मी) त्यांची बंदी बटिक झाल्यावरून, ते आपल्या हस्तगत झालेल्या शूद्र शेतकऱ्यांपासून मन मानेल तसे द्रव्य गोळा करून, त्यांजबरोबर वरकांति गोड गोड बोलतात खरे, परंतु त्यांस मनापासून विद्या देण्याकरिता चुकवाचुकव करितात याचें मुख्य कारण हेंच असावें कीं शेतकरी विद्वान झाल्याबरोबर ते आपल्या खांद्यावर आसूड टाकून लक्ष्मीस पुढें घालून आपल्या घरीं आणून नांदावयास लावण्याकरितां कधीं मागेपुढें पहाणार नाहींत, या भयास्तव ते शेतकऱ्यांस विद्वान करीत नाहींत. कारण तसें घडून आल्यास त्या सर्वांस दोम दोम अमेरिकेंत जाऊन तेथें रात्रंदिवस कष्ट करून आपलीं पोटें भरावीं लागतील. व शेतकऱ्यांची लक्ष्मी जर आजपावेतों आपल्या माहेरीं गप्प बसली नसती, तर भट ब्राह्मणांनीं इतकें सोंवळें माजविलें असतें कीं, यांनीं आपल्या जन्म देणाऱ्या मातापित्याससुद्धां अंमळ दूर हो ! आम्हीं आतां सोवळें नेसलों आहोंत, आम्हांला शिवूं नका, तुमची आम्हांवर सावलीदेखील पडूं देऊं नका, म्हणून म्हणण्यास चुकले नसते तेव्हां या भूदेव भटांनीं अज्ञानी शूद्र शेतकऱ्यांची काय दुर्दशा उडविली असती, त्याचें अनुमानसुद्धां करितां येत नाहीं. परंतु मी खात्रीनें सांगतो कीं, यांनीं तर मांगमहारांस जिवंतच नव्या इमारतीच्या पायांनी दगडचुन्यांत चिणून काढिलें असतें आतां मांगामहारांनीं ख्रिस्ती होऊन आपली सुधारणा करून मनुष्यपदास पावावें तर, तेथील कित्येक काळे भट विद्वान ख्रिस्ती, रात्रंदिवस गोऱ्या मिशनरींच्या कानीं लागून ते या अनाथांची डाळ शिजूं देत नाहींत. कारण तेथेंही उंच वर्णांतील झालेले ख्रिस्ती अनेक प्रकारचे भेदाभेद ठेवितात, असें पहाण्यांत आलें आहे. इतकेंच नव्हे परंतु आतांशीं कित्येक विद्वान भटब्राह्मण(A Sepoy Revolt by Henry Mead, page 286.) काखेंत सोंवळींभांडीं मारून इंग्लंडास जाऊं लागले आहेत. तेथें हे प्रतापी जाऊन शेतकऱ्यांच्या घरांतील लक्ष्मीच्या नादांत लंपट होऊन सदा सर्वकाळ विजयी लक्ष्मीच्या झोकांत असल्यामुळें कोणाची परवा न करणारे इंग्रज लोकांस, मुक्या शूद्रादि अतिशूद्रांविषयीं काय काय लांड्यालबाड्या सांगून त्यांच्या समजुतींत काय

काय फरक पाडून त्यांचा सरकारी कामगारांकडून कसकसा सत्यानास करितील. याविषयीं आमच्या हल्लींच्या बापुड्या **गव्हरनर जनरल साहेबांच्या** सुद्धां तर्क करवणार नाहींत. कारण आमचे अट्टल खटपटी माजी **गव्हरनर टेंपलसाहेबांचे** कारकीर्दीत कालच्या दुष्काळांत तलावकनाल वगैरे ठिकाणीं पोटें आवळून कष्ट करणाऱ्या शेतकऱ्यांवर भट ब्राह्मण कारभारी असल्यामुळें, शेतकऱ्यांचा भटकामगारांनीं इतका बंदोबस्त ठेविला होता कीं, भेकड सिद्दी लोकांच्या मुलाबाळांस चोरून अमेरिकेंत विकण्याकरितां नेतेवेळीं त्यांची भयंकर स्थिती यांहून फार बरी होती, असें तुमच्या खात्रीस आणून देण्यापुरतें येथें सर्व लिहूं गेल्यास त्या सर्वांचा आसुडाच्या सवाईनें दुसरा एक स्वतंत्र ग्रंथच होईल. यास्तव पुढें एखादे वेळीं मला फावल्यास त्याविषयीं पहातां येईल. परंतु हल्लीं हिंदुस्थानविषयीं लंडनांत रात्रंदिवस बडबड करण्यापेक्षां **मे. फासेटसाहेबांनीं मे. ग्ल्याडस्टनसाहेबांसारख्या** डोळसास कसेंही करून आपल्याबरोबर घेऊन येथें आल्याबरोबर, त्या उभयतांनीं एकदोन आठवडे महारामांगांच्या झोपडींत राहून त्यांची हल्लींची स्थिती स्वत: आपल्या डोळ्यांनीं पाहिल्याबरोबर ते पुन: इंग्लंडांत बडबड करण्याकरितां परत न जातां परभारां अमेरिकेंत पळून न गेल्यास, भटब्राह्मणांच्या पोरासोरांनीं या माझ्या लेखावर पाहिजेल तशा कोट्या करून आपल्या वर्तमानपत्रांसह मासिक पुस्तकांनीं छापून बेलाशक आपलीं पोटें भरावींत. सारांश एकंदर सर्व माळी, कुळबी, धनगर वगैरे शेतकऱ्यांजवळ ईश्वराकडून आलेलें म्हणण्यालायक कुराण, बायबलासारिखें पुस्तक नसल्यामुळें त्यांच्यांतील महाप्रतापी **भोसले, शिंदे, होळकर, गायकवाड** वगैरे राजेरजवाडे शेतकऱ्यांचीं बहुतेक मुलें गायीचे बाप, ज्यांस आर्यभटांच्या आडकाठीमुळें संस्कृत रुपावलिसुद्धां धड वाचतां येत नाहीं. आम्हीं मानव प्राणी आहोंत व आमचे वास्तविक अधिकार काय काय आहेत, याविषयीं एकंदर सर्व शेतकऱ्यांस मुळींच कांहीं समजत नाहीं. तसें जर नाहीं म्हणावें, तर शेतकऱ्यांनीं आपुल्या स्वजाति, आर्यमानवांच्या मलीन पायांचीं तीर्थें प्राशन करण्याची वहिवाट चालू ठेविली असती काय? ब्राह्मणांच्या सांगण्यावरून त्यांच्या पूर्वजांनीं उपस्थित केलेल्या या

दगड धतूंच्या मूर्ति, गाया, सर्प व तुळशींच्या झाडांची शेतकऱ्यांनीं पूजा करून त्यांस देवाप्रमाणें मानलें असतें काय? आर्यब्राह्मणांनीं आपले मतलब साधण्याकरितां समूळ ज्ञानहीन करून ठेविल्यामुळें त्याच्यांत सारासार विचार करण्याची ताकद नसल्यामुळें, ते भुताखेतांवर भरोसा ठेवून मन मानेल त्या वीरांची वारी अंगांत घुमवून, पोरासोरांसह आपल्या अंगावरील साधणी (उतारे) टाकून आपलें द्रव्य खराब करितात. त्यांचा औषधउपचारांवर भरोसा नसल्यामुळें ते लुच्चड देवऋषींचे नादीं लागून आपल्या जिवास मुकतात असो, याविषयीं पुढें एखादे वेळां पाहतां येईल. अशा चोंहोकडून सर्वोपरी नाडल्यामुळें सत्त्वहीन झालेले अज्ञानी शेतकऱ्यांत लहानपणीं लग्नें करण्याची वहिवाट असल्यामुळें, प्रथम एकंदर सर्व शेतकऱ्यांचे कोवळया वीर्याचा भंग होत चालल्यावरून त्यांची संतति दिवसेंदिवस वीर्यहीन होत चालली आहे. त्याचप्रमाणें पूर्वी शेतकऱ्यांच्या गोफणीच्या धोंड्यांच्या भडिमारापुढें एकटादुकटा टिकाव धरीत नसे. परंतु आतांचे इंग्रजी अंमलांतील त्यांचे नातूपणतू इतके तेजहीन झाले आहेत कीं, त्यांस गांवांतील धगड्या मुरळ्यासुद्धां भीक घालीत नाहींत व दुसरें असें कीं, त्यांच्यांत लहानपणीं लग्नें केल्यामुळें, लग्नें केल्यानंतर त्यांचीं मुलें वयांत आल्याबरोबर त्यांस रंगरूप, चालचलणूक, प्रकृती, स्वभाव वगैरे गुणावगुण एकमेकांस न आवडल्यामुळें परस्परांत वितुष्ट पडून, कित्येक उनाड शेतकऱ्यांच्या छाकट्या मुलांनीं आपल्या निरपराधी स्त्रियांचा त्याग (मी हा चवथा भाग गतवर्षी सन १८८३ एप्रिल महिन्यांत मुंबई शहरांत वाचला. त्या दिवसापासून शूद्रांत निरनिराळ्या विद्वानांनीं आपापल्या तारुण्यांत लग्नाच्या कुलशील स्त्रिया फक्त गोऱ्यागोमट्या नसल्यामुळें मोकलल्या आहेत, ह्या सर्वांस माझा मोठा राग आला आहे व ते आपआपल्या अनाथ स्त्रियांपाशीं मनाच्या लज्जेस्तव क्षमा मागून त्यांस आपआपल्या घरीं परत आणण्याचे एकीकडे ठवून माझीच ते उलटी चोरून छापून वर्तमानपत्राद्वारें निंदा करूं लागले आहेत. त्यांच्या तोंडाला हात कोणी लावावा !) केल्यामुळें त्या बापुड्या आपल्या आईबापांचे घरीं आयुष्याचे दिवस काढीत आहेत व बाकी उरलेल्या निराश्रित बिचाऱ्या हाळ्यापाळ्या करून आपला

गुजारा करितां करितां यमसदनास जातात. शेतकऱ्यांचे आईबाप त्यांच्या संमतीशिवाय त्यांचीं लहानपणीं लग्नें करून देतात. यामुळें त्यांस लग्नाच्या बायका जर आवडल्या नाहींत, तर त्या प्रत्येकांनीं दुसरीं एकेक पाटाची बायको केल्यास ते कदाचित न्यायदृष्टींनें अपराधी ठरतील, असें माझ्यानें सांगवत नाहीं. तथापि त्यांनीं एकामागें एक, दोन, तीन, चार पाटाच्या बायका कराव्यात, या जुलमी न्यायाला म्हणावें तरी काय? माझ्या मतें त्यांनीं पांचवी पाटाची बायको करावी, म्हणजे त्यांच्या मढ्यापुढें गाडगीं धरण्याच्या चातून त्यांचीं मुलें मुक्त होतील. त्यांतून कुणब्यांतील कित्येक शेतकरी ज्यांस ट, फ करून व्यंकटेशस्त्रोत्र, तुळशीआख्यान व रुक्मिणी स्वयंवर वाचतां आलें कीं, त्यांनीं दोन दोन, तीन तीन पाटांच्या बायका केल्यानंतर गांव पाटिलक्या करितां करितां गांवांतील धूर्त ब्राह्मणांचे नादीं लागून आज यांच्या खोट्या खतांवर साक्षी घालितात, उद्यां त्यांच्या खोट्या पावत्यांवर साक्षी घालून गांवांतील एकंदर सर्व गरीबगुरिबांस त्रास देऊन त्यांजपासून मन मानेल तसें आडवून द्रव्य उपटतात माळ्यांतील शेतकऱ्यांस ट, फ, कां होईना, वाचण्याचे नांवानें **वाटोळें** गरगरीत पूज्य. परंतु त्यांस भराड, गोंधळ, चितरकथा व कीर्तनें ऐकतां ऐकतां थोडेसे अभंग, चुटके व दोहरे तोंडपाठ झाले कीं, ते चौकोनी चिरे बनले, म्हणजे त्यांच्यापुढें विद्वान, पंडित व घोड्यावर बसून गोळी निशाण मारणारे काय माल ! त्यांनीं एखादा अभंगाचा तुकडा अथवा दोहरा फेकला कीं, भल्या भल्या जाड्या विद्वानांचे मोहरे फिरविण्यापुरता मनांत घमंडीचा भास झाला कीं, त्यांनीं लग्नाच्या बायकोच्या उरावर एकएक, दोनदोन पाटाच्या बायका ठणकावल्याच. त्यांच्या हाळीपाळीच्या जिवावर हांतांच्या बोटांत लहानमोठ्या रुप्याच्या अंगठ्या, उजव्या कानांत मोत्यांच्या बाळ्या, सखलादी तांबड्या टोप्या, बसावयास खालीं लहान लहान तरटांचे तुकडे, त्यावर पुढले बाजूला नवारीच्या काळ्या मिचकूट चंच्या, पलिकडे चिटकुल्या पितळेच्या घाणेरड्या पिकदाण्या, त्यांत त्यांच्या आग्रहावरून विडा खाऊन थुंकू लागल्याबरोबर ओकारी येते. शेजारीं तरटावर एक दोन गांजा मळूं लागणाऱ्या दाटी बळकटी करून बसलेल्या भांग्यासोबत्याबरोबर मन मानेल तशा,

राजा विक्रमाच्या पोकळ गोष्टी सांगतां सांगतां आपण आपल्यासच टोपाजी मोऱ्याचे पूत हणगोजीराव म्हणवून घेणारे कारभारी बनतात. ज्यांच्या बायकांवर या कारभाऱ्यांच्या जेवणाच्या फेरपाळ्या आल्या असतील, त्या बापुड्या आपल्या हाळ्यापाळ्यांच्या मिळकतींतून या ऐदी कारभाऱ्यांस पान, तंबाकू पुरवून वेळच्या वेळीं जेवूं घालितात. दुपारीं रगडून झोंपा घेतल्यानंतर घराबाहेर पडतांच दोन्ही पाय फांकून सोनारासारखीं पुढें उराडीं काढून चवड्यावर चालतांना दोन्ही दोन्ही अंगावर झूलून बोळक्या तोंडावरील भुरक्या मिशीवर ताव देणारे दोन बायकांचे कारभारी, माळ्यांच्या आळोआळींनीं फिरतां फिरतां तेथील एकदोन तुकडेमोडू आप्तांस सामील करून गांवांतील अल्लड तरूण स्त्रियांच्या उखाळ्यापाखाळ्या काढून जातीमध्यें दोनदोन तीनतीन तट करून त्यांच्या पंचायती करितां करितां बहुतेकांच्या सोयऱ्याधायऱ्यांत तुटी पडून, बहुतेकांच्या कानांत सुंठी फुंकून कित्येकांच्या सुनाबाळींची मायमाहेरें वर्ज करवितात. शेवटीं हे पराक्रमी कारभारी गरीबगुरिबांस धमक्या देऊन त्यांजपासून दारूपाण्यापुरते पैसे घेऊन संध्याकाळीं घरीं जातांच बायकांच्या पाट्यांतील उरल्यासुरल्या सडक्यासुडक्या फळफळांवर ताव देऊन, त्यांचे स्वयंपाक आटपेपावेतों तेथेंच त्यांच्याशीं लाडीगोडी लाऊन इकडच्या तिकडच्या गोष्टी सांगून टपत बसतात. गांवांतील लग्नांत हे रिकामटेकडे, तुकडे मोडून गांवातील दिवसाच्या तेलच्यावर धाड घालण्याकरितां त्याच्या मूळमातीस जातात. अशाप्रकारचे अक्षरशून्य मुजोर अधम कारभारी शेतकऱ्यांमध्यें पुढारी असल्यास त्या अज्ञानी शेतकऱ्यांची व त्यांच्या शेतांची सुधारणा कधीं व कशी होणार बरें ! असो, आजपावेतों मी काय जी माहिती मिळविली आहे, त्यांपैकी नमुन्याकरितां सदरची थोडीशी हकिकत आपल्यापुढें आणिली आहे, तिचा आपण स्वत: शोध करून पहाल, तेव्हां तुमची खात्री होईल कीं, शूद्र शेतकऱ्यांवर हल्लीं मोठा खुदाई गहजब गुजरला आहे व ही माहिती तरी फारच थोडी आहे, तथापि आमचे उद्योगी सरकारनें आपल्या गोऱ्या ग्याझेटियरकडून काळ्या भट मामलेदारांमार्फत आजपावेतों शेतकऱ्याविषयीं जी काय माहिती मिळविलेली आहे, तिच्याशीं कांही मेळ मिळेल असे माझ्यानें

म्हणवत नाहीं. कारण एकंदर सर्व सरकारी खात्यांपैकीं एकसुद्धां खातें सांपडणार नाहीं कीं, ज्यामध्यें भट पडले नाहींत. या सर्व अनिवार दु:खांचा पाया आजपर्यंत हजारों वर्षांपासून ब्राह्मणांनीं शूद्र शेतकऱ्यास विद्या देण्याची बंदी केली हा होय. शेतकऱ्यांनीं विद्या शिकूं नये म्हणून पुराणिक व कथाड्या भटांनीं त्यांच्या मनावर इतकी छाप बसविली आहे कीं, शेतकऱ्यांस आपलीं मुलें विद्वान करण्यामध्यें मोठें पाप वाटतें. त्यांतून हल्लीं त्यांची अतिशय लाचारी असल्यामुळें ते आपल्या मुलांस विद्या शिकवूं शकत नाहींत, याचा अनुभव सर्वांस आलाच आहे. यास्तव आमचे अष्टपैलू धार्मिक सरकार ज्या मानानें शेतकऱ्यापासून नानाप्रकारचे कर, पट्ट्या, लोकलफंड वगैरे बाबी गोळा करितें, त्याचप्रमाणें त्यांनीं प्रथम एकंदर सर्व खेड्यांपाड्यांतील सरकारी मराठी व इंग्लिश शाळा बंद करून शेतकऱ्यांवर थोडीशी इमानेंइतबारें मेहरनजर करून शेतकऱ्यांपैकींच शिक्षक तयार करण्याकरितां दरएक तालुक्यानें लोकलफंडापैकीं रकमा खर्ची घालून, शेतकऱ्यांच्या मुलांस अन्नवस्त्रे, पुस्तकें, वगैरे पुरवून त्यांच्या मुलांकरिता बोर्डिंग शाळा कराव्यात व त्या शाळांमध्यें त्या मुलांपैकीं शाळागुरु तयार केल्यानंतर फक्त त्यांच्या शाळांनीं शूद्र शेतकऱ्यांनीं आपलीं मुलें अमुक वर्षांचे वयाचीं होईतों पावतों अभ्यास करण्याकरितां पाठवावींत, म्हणून कायदा केल्याशिवाय शेतकऱ्यांचे मुलांस, थोडेसें कां होईना, परंतु खरें ज्ञान झाल्यावांचून त्यांच्या मनावरील कृत्रिमी ब्राह्मणांनीं उमटविलेला ठसा फिक्का पडावयाचा नाहीं. आणि तसें केल्याविना शेतकरी शुद्धीवर येणेंच नाहींत. परंतु आमच्या इदर थापडी तिदर थापडी करणाऱ्या सरकारनें, पल्लोगणती ब्राह्मण कामगारांतील प्रोफेसर व डिरेक्टर शाळाखात्यांत खोगीरभरतीला घालून एकंदर सर्व लोकलफंड जरी खर्ची घातला, तथापि त्यांजपासून शेतकऱ्यांचे मुलांस वास्तविक विद्या मिळनें नाहीं. कारण शेतकऱ्यांचे शेतीं कुंपणाकरितां महारांनीं लावलेल्या कांत्या वाऱ्यानें जातात. हीं किती केलीं तरी भाड्याचीं तट्टें, संध्याकाळ झाली कीं, धर्मशाळेपुढें गप्प उभीं रहावयाचीं ! हें आमच्या सरकारच्या कानांत हळूच सांगून या प्रसंगीं आजचा विषय पुरा करितों.

प्रकरण ५ वे

आम्हां शूद्र शेतकऱ्यासंबंधीं आर्य भट ब्राह्मणांस सूचना, व सांप्रत सरकारनें कोणकोणते उपाय योजावेत:–

हें शेवटचें पांचवें प्रकरण सुरू करण्याचे पूर्वी या प्रकरणांत भट पडूं नये, या इराद्यानें या देशांतील महाधूर्त आर्य भटब्राह्मणांस या प्रसंगीं कांहीं सूचना करितों. त्या योगानें आमच्या परदेशी विद्वान सरकारासह आपल्या स्वदेशी अज्ञानीं “दस्यू” शूद्र बांधवांचे डोळे उघडून शुद्धीवर येवोत, असें माझें देवाजीजवळ मागणे आहे. कारण त्यांनीं आतांशीं आपल्या धर्मरूपी तरवारीनें सर्व लोकांच्या, ऐश्वर्यांचे चरचरा गळे कापणाऱ्या शास्त्ररूप खडगास सोंवळ्याच्या वळकुट्यांनी लपवून आपण मोठ्या स्वदेशअभिमान्यांचीं सोंगे आणून मांगामहाराकडे ढुंकून न पाहतां शूद्र, पारशी, मुसलमान लोकांतील अल्लड होतकरू पोरासोरांस एकंदर सर्व आपल्या पुस्तकांनीं, वर्तमानपत्रांनीं, सभांनीं, वगैरे मार्गांनीं आपल्या देशांतील उच्चनीच भेदभावाविषयीं आपण सर्वत्रांनीं आपआपसांत कुरकुरण्याचे एकीकडे ठेवून, एकचित्त होऊन आपली सर्वांची एकी केल्याशिवाय या आपल्या हतभाग्य देशाची उन्नती होणे नाहीं, असा उपदेश करितात. हें ऐकून अक्षरशून्य शेतकऱ्यांनीं काहीं विपरीत आचरण करू नये, म्हणून येथे थोडासा प्रयत्न करून पहातों. या उपर त्यांचे नशीब.

पूर्वी धूर्त भटब्राह्मणांच्या पूर्वजांनीं आपल्या धनुर्विद्येच्या जोराने (दस्यू) शूद्रांवर वर्चस्व मिळवून त्यांजवर त्यांनीं आपला कडकडींत अम्मल बसविल्या दिवसापासून आज हजारों वर्षे पराजित झालेल्या (दस्यू) शूद्र रयतेचा चालत आलेला व आजतगाईत त्यांनीं आपल्या हस्तगत झालेल्या शूद्रांस मतलबाने अज्ञानी ठेविल्यामुळे, शूद्र शेतकऱ्यास आपल्या मूळच्या वास्तविक मानवीअधिकाराचा विसर पडून, ते यांनीं बनविलेल्या ग्रंथातील मतलबी मतास

बौद्ध, महमदी व ख्रिस्ती पुस्तकांतील सार्वजनिक मानवधर्माप्रमाणे पवित्र मानून
विश्वास ठेवूं लागल्यामुळें एकंदर सर्व अज्ञानी शूद्र, ब्राह्मणांचे अंकित होऊन ते
इतर मनुष्यमात्रांचा, अधिकारानुसारी खऱ्या धर्माचा तिरस्कार करून त्यांची निंदा
करण्यामध्यें पुण्य मानूं लागले यामुळें ते यांच्याशीं कोणत्याही प्रकारच्या
दगलबाज्या करूं लागले. तथापि हे (शुद्र) तसें करणें हा त्यांचा अधिकारच, असें
मानूं लागले. व ब्राह्मणांच्या दगलबाज्यांविषयीं शूद्रांनीं शंकासुद्धां घेऊं नये, हाच
काय तो शूद्रांचा धर्म, म्हणून जो प्रचार पडला, तो आजकाळपावेतों चालू आहे.
यांतील वास्तविक व्यंगिताविषयीं परदेशस्थ इंग्लिश सरकार व त्यांचें ऐषआरामी
गोरे कामगार सर्व प्रकारें गैरमाहीत असल्यामुळें त्यांच्यानें याजविषयीं योग्य
बंदोबस्त होत नाहीं. यास्तव एकंदर सर्व शूद्र शेतकऱ्यांची स्थिती एवढ्या
दैन्यवाण्या मजलशीस येऊन पोहोंचली आहे व अद्यापही आपण नामानिराळें
राहून परभारें शेतकऱ्यांकडून मोठमोठीं महत्त्वाचीं कामें करून घेण्याचे उद्देशानें हे
(ब्राह्मण) आपल्या सभांनीं, वर्तमानपत्रांनीं व पुस्तकांनीं त्यांस आपल्या नादीं
लावण्याकरितां नेहमीं उपदेश करितात कीं "शूद्र शेतकऱ्यांनीं ब्राह्मणांबरोबर
एकबिष्ठेनें राहून त्यांच्याशीं एकी केल्याशिवाय या दुर्दैवी देशाची उन्नत्ति होणेंच
नाहीं." आतां ह्या त्यांच्या पोंकळ उपदेशावरून अज्ञानी शूद्र शेतकऱ्यांस
उन्नत्तीच्या थापा देऊन, त्यास केवळ फसविण्याचा हेतु दिसतो. कारण
ब्राह्मणांच्या पूर्वजांनीं आपल्या सत्तेच्या मदांत आपणास भूदेव मानून, निर्बळ
शूद्र शेतकऱ्यांस दासासारखे वागवूं लागले. व ती अति नीच सुरू केलेली वहिवाट
आजदिनपावेतों अन्य रीतीनें जागृत ठेविली आहे. यावरून शेतकऱ्याबरोबर अशी
परकी ब्राह्मणांची एकी कशी होऊं शकेल, हें महाप्रतापी, "डाक्टर फ्रँकलीन"
"टामस पेन" वगैरे प्रमुख गृहस्थांनीं या विद्येच्या प्रतापानें रात्रंदिवस सतत
परिश्रम करून उद्योग करणारे अमेरिकन कसबी लोक आपल्या कलाकुसरीच्या
सहाय्यानें युरोपखंडांतील एकंदर सर्व राष्ट्रांतील कारागीर लोकांस मागें हटवून,
तेथील कोट्यावधि रुपये साल दरसाल घेऊन जातात. ती विद्या ब्राह्मणांच्या
पूर्वजांनीं आपल्या वर्चस्वाच्या धुंदींत शूद्र शेतकऱ्यांस देऊं नये, म्हणून आपल्या

मतलबी ग्रंथांत अटोकाट बंदीचे लेख करून ठेविले. यामुळें या देशांतील खरी शिपाईगिरी व धनुर्विद्येची बढवी होण्याचें काम अगदीं बंद पडलें. तसें जर नाहीं म्हणावें, तर आपण आपल्या डोळ्यांनीं नेहमीं पहातों कीं, आतांशीं शिंदे, होळकर वगैरे महापुरुषांच्या घराण्यांतील कित्येक तरूण खासें घोड्यावर बसून भालेबोथाट्याची बरीच टुरटूर करितात, परंतु त्या हतभाग्यांस दुर्बिणी कशा लावून कोणत्या ठिकाणी मोर्चे बांधून, तोफेचे गोळे कसे डागावेत, या कामीं ते काळ्या कपिला गाईचे बाप ! ते आपल्या पागोठ्याला पिळावर पिळ घालून वडिवलांच्या अब्रूचा खराबा करून शूद्र शेतकऱ्यांचे उतावर खायला काळ आणि धरणीवर भार मात्र झाले आहेत. या कारणावरून अनेक वेळीं **'फ्रेंच', 'पोर्च्युगीज'** व **'मुसलमान'** वगैरे लोभी बादशहांनीं या देशांत स्वाऱ्या करून येथील अतोनात द्रव्य आपल्या देशांत घेऊन गेले, त्यांतून कित्येकांनीं ब्राह्मणांच्या मतलबी धर्माची विटंबना केली. अखेरीस कित्येक खुदापास्त मुसलमान सरदारांनीं हजारों भटब्राह्मणांच्या कानांला धरून आपल्या मानवी धर्मांत ओढीत नेऊन त्यांच्या चटचटा सुंता केल्या. तथापि त्यांनीं हा काळपावेतों आपल्या संस्कृत पाठशाळांनीं शूद्र शेतकऱ्यांचे मुलांस विद्या शिकविण्याची बंदी कायम ठेविली आहेच. यावरून शेतकऱ्यांबरोबर अशा ब्राह्मणांची मनुष्यामध्यें व एकंदर सर्व प्राणीमात्रांमध्यें इतर स्वभावजन्य गुण सर्व समान आहेत, असें अनुभवास येतें. जसें पशूस आहार, निद्रा. मैथून, आपल्या बच्चांची जतणूक करणें, शत्रूपासून आपला बचाव करणें व पोट भरल्यावर डुरक्या फोडून धडका घेण्याशिवाय दुसरें कांहीं कळत नाहीं, यास्तव त्यांच्याने सदरच्या व्यवहारांत कोणत्याही प्रकारची तिळमात्र सुधारणा करवत नसल्यामुळें त्यांच्या मूळचा स्थितींत कोणत्याच तऱ्हेची उलटापालट होत नाहीं. परंतु मानव प्राण्यांस स्वभावतःच एक चमत्कारिक विशिष्ट बुद्धि आहे. तिच्या योगानें तो एकंदर सर्व जलजंतू, पशू, पक्षी, कीटक वगैरे प्रानीमात्रांमध्यें महत्त्वास चढून श्रेष्ठत्व पावला आहे व त्याच बुद्धीच्या योगाने त्यानें आपले विचार कागदांवर टिपून ठेवण्याची युक्ति शोधून काढली यावरून चोंहों खंडांतील लोकांस आजपावेतों लागलेल्या ठेंचांविषयीं अनुभवशीर वृत्तांत टिपून ठेवितां

आल्यांमुळें हल्लीं जगांत अनुभविक ज्ञानभांडाराचा येवढा मोठा समुदाय जमला आहे व त्या अनुभविक ज्ञानाच्या सहाय्यावरून बुद्धीच्या मदतीनें युरोपियन लोक आपले महत्त्वाचे विचार तारायंत्राद्वारें हजारों मैलांचें अंतरावर एकमेकांस कळवून दुष्काळांत आगबोटींतून व आगगाडींतून वगैरे लक्षावधि खंडी धान्य एकमेकांचा बचाव करितात. आणि अशा बुद्धिमान मानवजातीपैकीं शूद्र शिवाजी शेतकऱ्यांनें एका देवास भजणाऱ्या मुसलमानी बादशहास जरजर करून गाईब्राह्मणांसह त्यांच्या मतलबी धर्माचा प्रतिपाळ केला. हा प्रकार मनीं स्मरून अक्षरशून्य शूद्र शिवाजीच्या निमकहराम पेशवे सेवकानें शिवाजीच्या अज्ञानी वंशजास सातारचे गडावर कैदेंत ठेवून, त्यांची चौकशी ठेवण्याचें काम महाक्रूर निर्दय अशा त्रिंबकजी डेंगळ्यावर सोंपवून आणि पुणें शहरांत आपल्या जातीच्या आर्य भटब्राह्मणांस रमण्यामध्यें रुपयेमोहोरांची दक्षिणा वाटून ब्राह्मणतर्पणें करून रात्रंदिवसकाळ कृष्णलीलेचें पुण्यआचरण करितां करितां, ब्राह्मणासारखे एकेरी धोतर नेसण्याबद्दल शूद्र शेतकऱ्यांसह शिंपी वगैरे जातीच्या लोकांस शिक्षा करीत बसले. इतकेंच नव्हे, परंतु हल्लीचें भटब्राह्मण शेतकऱ्यांच्या विष्ठा खाणाऱ्या गायांचे मूत्रास पवित्र तीर्थ मानून त्याच्या सेवनानें शुद्ध होतात आणि तेच भटब्राह्मण आपल्या मतलबी धर्माच्या (Sir William Jones, Vol.II, page 224. It is, indeed, a system of despotism and priestcraft, both limited by law, but artfully conspiring to give mutual support, though with mutual checks; it is filled with strange conceits in metaphysics and natural philosophy, with idle superstitions and with a scheme of theology most obscurely figurative and consequently liable to dangerous misconception; it abounds with minute and childish formalities with ceremonies generally absured and often ridiculous.) हिमायतीनें शूद्र शेतकऱ्यांस नीच मानितात. यावरून शेतकऱ्यांबरोबर अशा ब्राह्मणांची एकी कशी होऊं शकेल?

आर्यब्राह्मणांतील कित्येक, खोटे कागद, बनावट नोती व लांच खाल्याबद्दल सक्तमजुरीच्या शिक्षा भोगितात व कित्येक जरी शक्तमिषें अशौच मांगिणीबरोबर मद्यमांसादि निंद्य पदार्थ भक्षण करितात, तरी ते भोंसले, शिंदे, होळकर वगैरे शूद्र राजेरजवाड्यांस नीच मानून त्यांजबरोबर रोटीव्यवहार करीत नाहींत. बहुतेक भटब्राह्मण गावांतील ओवळ्या कसबिणींच्या घरीं सर्व प्रकारचा नीच व्यवहार करितात, तरी ते आर्य भट सालस शूद्र शेतकऱ्यांबरोबर बेटीव्यवहार करण्यांत पाप मानितात, यावरून "ढ" च्या पुढल्या "क्ष" नें म्हटल्याप्रमाणें शेतकऱ्यांबरोबर ब्राह्मणांची एकी कशी होऊं शकेल?

एकंदर सर्व भटब्राह्मण आपल्या देवळांतील दगड, धातूच्या मूर्तीस शूद्र शेतकऱ्यांस स्पर्शसुद्धां करूं देत नसून, दुरून कां होईना, त्यांस आपल्या पंक्तिशेजारी बसवून जेऊं न घालतां त्यास न कळवितां, आपल्या पात्रांवरील उरलेलें उष्टें तूप त्यांस घालून त्यांच्या पंक्ति उठवतात. यावरून शेतकऱ्यांबरोबर अशा ब्राह्मणांची एकी कशी होऊं शकेल?

हजरत महमद पैगंबराच्या निस्पृह शिष्यमंडळींचें जेव्हां या देशांत पाऊल पडलें, तेव्हां ते आपल्या पवित्र एकेश्वरी धर्माच्या सामर्थ्यांनें आर्यभटांच्या मतलबी धर्माचा फट्टा उडवूं लागले. यावरून कांहीं शूद्र मोठ्या उत्साहानें महमदी धर्मांचा स्वीकार करूं लागले, तेव्हां बाकी उरलेल्या अक्षरशून्य शूद्रांस नादीं लावण्याकरितां महा धूर्त मुकुंदराज भटांनीं जे संस्कृतच्या उताऱ्यावर थोडी नास्तिक मताची कल्हई करून त्याचा विवेकसिंधु नामक एक प्राकृत ग्रंथ करून त्यांच्यापुढें मांडला व पुढे इंग्रज बहादराचा अम्मल होईतोपावेतों आर्यभटांनीं आपल्या भाकड भारतरामायणांतील शेतकऱ्यांस गोष्टी सांगून, त्यांना उलटे मुसलमान लोकांबरोबर लढण्याचे नादीं लाविलें; परंतु अक्षरशून्य शेतकऱ्यांस मुसलमानांच्या संगतीनें आपल्या मुलांस विद्या शिकविण्याचें सुचूं दिलें नाही यामुळें इंग्लिश अम्मल होतांच सहजच एकंदर सर्व सरकारी खात्यांनीं मोठमोठ्या

महत्त्वाच्या जागा आर्यब्राह्मणांस मिळून ते सर्वोपरी शेतकऱ्यांस लुबाडून (A Sepoy Revolt by Henry Mead, page 225.) खाऊं लागले व आर्यभट, इंग्रज वगैरे एकंदर सर्व युरोपियन लोकांस जरी मांगामहारासारखे नीच मानीत आहेत, तथापि त्यांच्या महाधूर्त पूर्वजांनीं महापवित्र मानलेले वेद, ज्यांचीं शेपटेंसुद्धां शूद्र शेतकऱ्यांच्या दृष्टीस पडूं देत नाहींत, ते सोंवळे बुरख्यांतील वेद, हल्लीं त्यांच्यांतील मोठमोठाले जाडे विद्वान काखेंत मारून गोऱ्या म्लेंछ लोकांच्या दारोदार जाऊन त्यांस शिकवित फिरतात. परंतु हे भटब्राह्मण खेड्यापाड्यांनीं सरकारी शाळांत शूद्र शेतकऱ्यांच्या अज्ञानी मुलांस साधारण विद्या शिकवितांना थोडी का आवडनिवड करतात? यावरून शेतकऱ्यांबरोबर अशा ब्राह्मणांची एकी कशी होऊं शकेल?

एकंदर सर्व धार्मिक मिशनरी वगैरे युरोपियन लोकांच्या परागंदा झालेल्या शेतकऱ्यांच्या मुलास मोठमोठाल्या शहरीं थोडीशी विद्या प्राप्त झाल्याबरोबर त्यांस गोऱ्या कामगारांच्या दयाळूपणामुळें चुकून आपल्या कचेऱ्यांनीं जागा दिल्या कीं, एकंदर सर्व कचेऱ्यांतील भटकामगार त्यांच्याविषयीं नानाप्रकारच्या नालस्त्या गोऱ्या कामगारांस सांगून त्यांना अखेर कामावरून हांकून देववितात व कित्येक भटकामगार आपल्या वरच्या सरकारी गोऱ्या कामगारांच्या मेहेरबान्या होण्याकरिता, अज्ञानी शेतकऱ्यांचे पिकपाण्याविषयीं भलत्यासलत्या लांड्यालबाड्या त्यांस सांगून शेतकऱ्यांची योग्य दाद लागण्याचे मार्गात आडफाटे घालून त्यांस चळाचळा कांपावयास लावितात. यावरून शेतकऱ्यांबरोबर अशा ब्राह्मणांची एकी कशी होऊं शकेल?

आर्यब्राह्मणांपैकीं एकंदर सर्व वैदिक, शास्त्री, कथाडे, पुराणिक वगैरे भटभिक्षुक नानाप्रकारची संधीनें लढवून अज्ञानी शूद्र शेतकऱ्यांपैकी भोसले, शिन्दे, होळकर वगैरे राजेरजवाड्यांस पोंकळ धर्माच्या बहुरूपी हुलथापा देऊन त्यांस यजमान म्हणतां म्हणतां त्यांजपासून शेकडों ब्राह्मण-भोजनें, प्रतिदिवशीं गोप्रदानें

व दानधर्म उपटीत असून भटब्राह्मणांच्या जातींतील पंतप्रतिनिधी, सचीव, सांगलीकर वगैरे ब्राह्मणसंस्थानिकांनीं दुष्काळांतसुद्धां आपल्या यजमान शूद्र शेतकऱ्यांच्या मंडळास, साधीं कां होईनात, भोजनें देऊन त्यांचें वंदन करून आशिर्वाद घेत नाहीत. व त्यांच्यापैकीं बहुतेक विद्वान ब्राह्मण, गायकवाड वगैरे शूद्र संस्थानिकांकडून हल्ली हजारों रुपयांचीं वर्षासनें व नित्यशः खिचड्या उपटीत असल्याबद्दल उपकार मनीं स्मरून ब्राह्मण संस्थानिकांपैकी एकानेंही शेतकऱ्याच्या मुलास अन्नवस्त्र पुरवून त्यास विद्वान करवलें नाहीं यावरून शेतकऱ्यांबरोबर आर्य ब्राह्मणांची एकी कशी होऊं शकेल?

एकंदर सर्व श्रीमंत भटब्राह्मणांचे घरीं, दररोज भिक्षा वाटतांना आवडनिवड करून ब्राह्मण भिकाऱ्यांस तांदूळ व शूद्र, मुसलमान वगैरे भिकाऱ्यांस चिमूटचिमूट जोंधळे दिले तर दिले, नाहीं तर, पुढे हो, म्हणून सांगतात. यावरून आर्य भटब्राह्मणांपेक्षां परदेशी टक्कर जज्जसाहेबांसारखे परधर्मी युरोपियन खासे म्लेंच्छ, लाख वाट्यानें दयाळू म्हणावें कां नाहीं बरे? कारण ज्यांनीं आपल्या स्वतःच्या कमाईतून ब्राह्मणांस, शूद्रांपैकीं कित्येक अनाथांचे मुलांस तुकडे घालून त्यांस इंग्रजी शिकविल्यामुळे हे आतां गोऱ्या कामगारांच्या पायावर पाय देऊन त्यांच्यबरोबर सरकारी हुद्यावर डुरक्या फोडीत आहेत अहो, याचेच नांव समज ! याचेच नांव दया ! याचेच नाव उपकार ! आणि याचेच नांव उन्नती ! नाहीं तर आर्य भटब्राह्मणांची कामापुरती एकी आणि काम सरल्यावर तूं तिकडे आणि मी इकडे. कारण "ये गे कोयी तुझी डोयी भाजून खाई आणि माझी डोयी ब्याला ठेवी" या जगप्रसिद्ध म्हणीप्रमाणें भटब्राह्मणांचें अघळपघळ कल्याण होणार आहे. परंतु आर्य विद्वज्जनांस, जर खरोखर या देशांतील सर्व लोकांची एकी करून या देशाची उन्नती करणें आहे, तर प्रथम त्यांनीं आपल्या **विजयी व पराजितांमधील** चालत आलेल्या **दुष्ट धर्मास** (A Sepoy Revolt by Henry Mead, page 227.) जलसमाधी देऊन, त्या जुलमी धर्मानें नीच केलेल्या **शूद्रादि अतिशूद्र** लोकांसमक्ष उघड रीतीने, आपल्या वेदांत मतासहजातीभेदाचे उरावर थयथया

नाचून कोणाशीं भेदभाव न ठेवितां, त्यांच्याशीं कृत्रीम करण्याचें सोडून निर्मळपणे वागू लागल्याशिवाय सर्वांची खरी एकी होऊन या देशाची उन्नती होणे नाहीं. कदाचित आर्यभटांनीं आपल्या वडिलोपार्जित धूर्ताईनें शुद्रांतील शेंपन्नास अर्धकच्च्या विद्वानांस हातीं धरून या देशांतील एकंदर सर्व लोकांत कामापुरती एकी करून देशाची क्षणिक उन्नत्ति केल्यास, ती त्यांची उन्नत्ति फार दिवस रहाणार नाहीं. जसे भट ब्राह्मणांनीं, जर शूद्रांतील पोटबाबू यस, फेस करूं लागणाऱ्या चौंबड्या साडेसातीस सामील करून हे हिरव्या बागेंतील बंदछोड आंब्यांच्या कैऱ्या तोडून आढी लावितील, तर पुढें मौल्यवान होणाऱ्या आंब्यासह वाळ्या गवताचा नाश करतील आणि तेणेंकरून एकंदर सर्व वाकबगार शेतकऱ्यांस खालीं माना घालाव्या लागतील, हें माझें भाकीत त्यांनीं आपल्या देवघरांत गोमुखींत घालून सांभाळून ठेवावें असे माझें त्यांस निक्षून सांगणें आहे.

आतां मी गारशा थंडहवाशीर रमणीय सिमला पर्वतावर जाऊन कांहीं विश्रांति घेऊन आपल्य परम दयाळू गव्हरनरसाहेबांसमक्ष आपल्या समुद्राचे पलीकडील सरकारच्या नावानें हाका मारून त्यांस शूद्र शेतकऱ्यांची सुधारणा करण्याविषयीं उपाय सुचवितो:–

आता आमच्या नीतिमान धार्मिक सरकारनें केवळ द्रव्यलोभ एकीकडे ठेऊन शेतकऱ्यांचें आचरणावर डोळा ठेवण्याकरितां डिटेक्टिव्ह डाक्टरांच्या नेमणुका करून शेतकऱ्यांनीं आपल्या गैरशिस्त आचरणावरून प्रकृतिड् बिघडल्यास व चोऱ्या, छिनाल्या वगैरे नीच आचरण केल्यास त्यांस योग्य शिक्षा करण्याविषयीं चांगला बंदोबस्त केल्याविना ते नीतिमान होणें नाहींत. शूद्र शेतकऱ्यांनीं एकीपेक्षां जास्त बायका करूं नयेत व यांनीं आपल्या मुलीमुलांची लग्ने लहानपणी करूं नयेत म्हणून कायदा केल्याविना संतती बळकट होणें नाहीं. सरकारी गोऱ्या कामगारांस एकंदर सर्व प्रकरणांत गैरमाहिती असल्यामुळें, भटब्राह्मणांच्या संख्याप्रमाणापेक्षां कामगारांच्या जास्ती नेमणुका होऊं लागल्यामुळें यांच्यावर

शेतीं खपून गावांत चिखलमातीचीं कामें करून, यांच्या स्त्रियांवर भर बाजारांत हेलपाट्या करून पोटें भरण्याचा प्रसंग गुदरत नाहीं. शिवाय शेतकरी अज्ञानी असल्यामुळें भटब्राह्मणांस जातीभेदापासून अनंत फायदे होतात. यावरून ब्राह्मणांतील सरकारी कामगारासहित पुराणिक, कथाडे, शाळेंतील शिक्षक वगैरे ब्राह्मण, जातीभेद मोडूं नये म्हणून आपला सर्व धूर्तपणा खर्ची घालून रात्रंदिवस खटपट करीत आहेत. यास्तव शूद्र शेतकऱ्यांचीं मुलें सरकारी हुद्दे चालविण्यालायक होईतोपावेतों ब्राह्मणांस यांच्या जातीच्या संख्येच्या मानापेक्षां सरकारी हुद्याच्या जागा जास्ती देऊं नयेत व बाकी उअरलेल्या सरकारी हुद्यांच्या जागा मुसलमान अथवा हिंदू ब्रिटन लोकांस देऊं लागल्याशिवाय ते (ब्राह्मण) शूद्र शेतकऱ्याचे विद्येचे आड येण्याचें सोडणार नाहींत. हें त्यांचें कृत्रिम एकंदर सर्व सरकारी खात्यांनीं त्यांचांच भरणा असल्यामुळें, परदेशी गोऱ्या कामगारांच्या नजरेस येण्याचे मार्ग बंद जाहले आहेत. यामुळें, ब्राह्मणांची जात मात्र विद्वान व श्रीमान व शूद्र शेतकरी हे अन्नवस्त्रासही मोताद होऊन कधीं कधीं ब्राह्मणांचे अंकित होऊन यांच्या बंडांत सामील होऊन आपल्या जिवास मुकतात. शिवाय भटब्राह्मणांनीं आपल्या कृत्रिमी धर्माची शूद्र शेतकऱ्यांवर इतकी छाप बसविली आहे कीं, ब्राह्मणांच्या सांगण्यावरून त्यांनीं केलेले खून अथवा गुन्हे इनसाफ होतेवेळीं ते ब्राह्मणास पुढें न करतां आपल्या माथ्यावर घेऊन त्याबद्दल शिक्षा भोगण्यामध्यें पुण्य मानितात. यामुळें पोलीस व न्यायखात्याचे श्रम वायां जातात. यास्तव शूद्र शेतकऱ्यांचे मुलांस विद्वान करण्याकरितां त्यांच्या जातींतील, स्वत: पाभारी, कोळपी व नांगर हाकून दाखविणारे शिक्षक तयार करून, त्यांच्या शाळेंत शेतकऱ्यांनीं आपलीं मुलें पाठविण्याविषयीं कायदा करून, प्रथम कांही वर्षे त्यांच्या परीक्षा घेण्याकरितां हलक्या इयत्ता करून त्यांस ब्राह्मणांच्या मुलांसारख्या पदव्या देण्याची लालूच दाखवून त्यांच्या मुलीमुलांचा लग्नांत लग्नविधी करण्याविषयी परजातीने जूलूम करूं नये, म्हणून बंदोबस्त केल्याशिवाय शूद्र शेतकऱ्यांत विद्या शिकण्याची गोडी उत्पन्न होणें नाहीं. व पुढे शूद्र गांवकऱ्यांची मुले, जी मराठी सहावे इयत्तेसह नांगर, पाभर व कोळपी

हाकण्याची परीक्षा देऊन सदगुणी निवडतील, त्यांस मात्र पाटिलक्या द्याव्यात, म्हणून आमचे दयाळू सरकारनें कायदा केल्याबरोबर हजारों शेतकरी पाटिलक्या मिळविण्याचे चुरशीनें आपली मुलें विद्वान करण्याकरतां मोठ्या आनंदानें शाळेंत पाठवितील व असे शिकलेले सदगुणी गांवोगांव पाटील असल्यापासून, एकंदर सर्व खेड्यांपाड्यांतील धुर्त भटकुळकर्ण्यांस अज्ञानी शेतकऱ्यांस आपआपसांत कज्जे करितां येणार नाहींत व तेणेंकरून शेतकऱ्यांसह आमचे सरकारचे मोठमोठाले अनिवार फायदे होऊन थोड्याच काळांत हल्लीपेक्षां शूद्र शेतकऱ्यांस जास्ती शेतसारा देण्याची ताकद येऊन निरर्थक येथील पोलीस व न्यायखातीं फुगली आहेत, त्याचें मान सहज कमी करतां येईल. याशिवाय आमचे सरकारनें हिंदुस्थानांत सरकारी कामे करण्यालायक मुळींच भटब्राह्मण नाहींत, असें आपल्या मनांत समजून, जसजसे शूद्र शेतकरी शाळेंत विद्वान तयार होत जातील, तसतशा त्यांस मामलेदार वगैरे सरकारी कचेऱ्यांत लहानमोठ्या जागा देऊन, त्यांस तीं कामें करावयास शिकविल्याशिवाय शेतकऱ्याचे पाय थारीं लागून सरकारचा वसूल वाढणेंच नाहीं. हल्ली आमच्या सरकारनें गुजरमारवाड्यांच्या देवघेवीच्या दगलबाज्यांवर डोळा ठेविला आहे, त्यापेक्षां त्यांच्या दुकानांतील कुजक्या जिनसा व खोट्या मापांसह दारूबाज पाटलावर चांगली नजर ठेविली पाहिजे.

असो. आतां आपल्या सरकारास अक्षरशुन्य अज्ञानी शूद्र शेतकऱ्यांचे निकस झालेल्या शेतांची सुधारणा करण्याविषयीं उपाय सुचवितों ते–

आमच्या दयाळू सरकारनें एकंदर सर्व शेतकऱ्यांस युरोपियन शेतकऱ्यांसारखे विद्याज्ञान देऊन, त्यांस त्यांसारखीं यंत्रद्वारें शेतीं कामें करण्यापुरती समज येईतोंपावेतों एकंदर सर्व गोऱ्या लोकांसह मुसलमान वगैरे लोकांनीं हिंदुस्थानांतील तूर्त गायाबैलांसह त्यांचीं वासरें कापून खाण्याचें ऐवजीं, त्यांनीं येथील शेळ्याबकरीं मारून खावींत; अथवा परमुलखांतील गायाबैल वगैरे खरेदी करून येथें आणून

मारून खावे, म्हणून कायदा करून अमलांत आणल्याशिवाय, येथील शूद्र शेतकऱ्यांजवळ बैलांचा पुरवठा होऊन त्यांना आपल्या शेतांची मशागत भरपूर करतां येणार नाहीं व त्यांजवळ शेणखताचा पुरवठा होऊन त्यांचा व सरकारचा फायदा होणें नाहीं. एकंदर डोंगरपर्वतावरील गवतझाडाच्या पान फुलांचें व मेलेल्या कीटक श्वापदांचे, मांसहाडांचें कुजलेलें सत्य, वळवाच्या पावसानें धुपून पाण्याच्या पुराबरोबर वाहून ओढ्याखोड्यांत वायां जाऊं नये म्हणून आमच्या उद्योगी सरकारनें सोयीसोयीनें काळ्यागोऱ्या लष्करासह पोलीसखात्यांतील फालतु शिपायांकडून जागोजाग तालीवजा बंधारे अशा रितीनें बांधावे कीं, वळवाचें पाणी एकंदर शेतांतून मुरून नंतर नदीनाल्यास मिळावें, असें केल्यानें शेतें फार सुपीक होऊन एकंदर सर्व लष्करी शिपायांस हवाशीर जाग्यांत उद्योग करण्याची संवय लागल्याबरोबर त्यांस रोगराईची बाधा न होतां बळकट होतील. त्यांनीं दररोज एक आणा किंमतीचें जरी इमानेंइतबारें काम केलें, तरी सालदरसाल पंचवीस लक्षांचे वर सरकारच्या स्थावरमत्तेंत भर पडणार आहे. कारण हल्लीं आमचे खबरदार सरकारजवळ पोलीसखात्यासह पलटणी शिपाई सुमारें दोन लक्ष आहेत. त्याचप्रमाणें आमच्या दयाळू सरकारनें एकंदर सर्व डोंगरटेकड्यांमधील दऱ्याखोऱ्यांनीं तलावतळीं, जितकीं होतील तितकीं सोयीसोयीनें बांधून काढावींत. म्हणजे त्यांच्या खालच्या प्रदेशांत ओढ्याखोड्यांनी भर उन्हाळ्यांत पाणी असल्यामुळें जागोजाग लहानमोठीं धरणें चालून एकंदर सर्व विहिरींस पाण्याचा पुरवठा होऊन, त्यांजपासून सर्व ठिकाणी बागाइती होऊन शेतकऱ्यांसहित सरकारचा फायदा होणार आहे. एकंदर सर्व शेतें धूपून त्यामध्यें खोंगळ्या पडूं नयेत, म्हणून सरकारनें शेतकऱ्यांपासून पाणलोटाच्या बाजूनें शेतांच्या बांधांनीं वरचेवर ताली दुरुस्त ठेवाव्यात. आमचे दयाळू सरकारनें आपल्या राज्यांतील एकंदर सर्व शेतांच्या पहाण्या, पाणाड्यांकडून करवून, ज्या ज्या ठिकाणीं दोनग्या मोटांचे वर पाण्याचे झरे सांपडतील, असा अदमास निघेल, त्या सर्व जाग्यांच्या खुणा त्या त्या गांवच्या नकाशांनीं नमूद करून केवळ सरकारच्या मदतीशिवाय पाण्याचा मार्ग दाखविणाऱ्या पाणड्यासह विहिरी खोदून, बांधून काढणाऱ्या शूद्र

शेतकऱ्यांस लहानमोठीं बक्षिसे सरकारांतून देण्याची वहिवाट घालावी व एकंदर सर्व नदीनाले व तलावांतील सांचलेला गाळ पूर्वीप्रमाणें शेतकऱ्यांस फुकट नेऊं द्यावा व ज्या ज्या गावचीं गावरानें आमचे सरकारनें आपल्या “फॉरेस्टांत” सामील केलीं असतील, तीं सर्व त्या त्या गांवास परत करून फक्त सरकारी हद्दींतील सरपण व शेतास राब खेरीज करून, विकण्याकरितां इमारती लांकडें मात्र तोडूं न देण्याविषयीं सक्त कायदा करून, जुलमी फारेस्टखात्याची होळी करावी. खुद्द आमचे खासे सरकारनें परिश्रम करून आपल्या खजिन्यांतून थोडेसे पैसे खर्ची घालून, इतर देशांतील नानाप्रकारच्या उत्तम उत्तम शेळ्यामेंढरांचीं बेणीं खरेदी करून या देशांत आणून त्यांची येथें अवलाद उत्पन्न केल्याबरोबर येथील एकंदर सर्व शेतांस त्यांच्या लेंड्यामुतापासून झालेल्या खतांचा महामूर पुरवठा होऊन शेतें सुपीक होतील व त्यांच्या लोंकरीपासून शूद्र शेतकऱ्यांस फायदा होईल. आमच्या सरकारी जंगलांतील रानटी जनावरांपासून शूद्र शेतकऱ्यांच्या शेतांचा बच्याव करण्यापुरत्या गांवठी तोड्याच्या कां होईनात, जुन्या डामीस बंदुका शूद्र शेतकऱ्यांजवळ ठेऊं देण्याची जर आमचे सरकारची छाती होत नाहीं, तर सरकारनें तें काम आपल्या निर्मळ काळ्या पोलीस खात्याकडे सोंपवून, त्या उपर शेतकऱ्यांच्या शेतांचें रानडुकरें वगैरे जनावरांनीं खाऊन नुकसान केल्यास ते सर्व नुकसान पोलीसखात्याकडील वरिष्ठ अंमलदरांच्या पगारांतून कापून अथवा सरकारी खजिन्यांतून शेतकऱ्यांस भरून देण्याविषयीं कायदा केल्याशिवाय, शेतकऱ्यांस रात्रीं पोटभर झोंपा मिळून त्यांस दिवसा आपल्या शेतीं भरपूर उद्योग करण्याची सवड होणें नाहीं. यांचेंच नांव “मला होईना आणि तुझें साहिना !” आमचे दयाळू सरकारचे मनांतून जर खरोखर अज्ञानी शूद्र शेतकऱ्यांचें बरें करून आपली पैदास वाढविणें आहे, तर त्यांनीं सालदरसाल श्रावणमासीं प्रदर्शनें करून आश्विनमासीं शेतपिकांच्या व औतें हाकण्याच्या परीक्षा घेऊन उत्तम शेतकऱ्यांस बक्षिसें देण्याची वहिवाट घालून; दर तीन वर्षांच्या अंदाजावरून उत्तम उत्तम शेतकऱ्यांस पदव्या द्याव्यात व शेतकऱ्यांच्या विद्वान मुलांनीं एकंदर सर्व आपलीं शेतें उत्तम प्रकारचीं वजवून, त्यांनीं थोडथोड्या लोहारी, सुतारी कामात

परीक्षा दिल्यास, त्यांस सरकारी खर्चानें विलायतेंतील शेतकीच्या शाळा पाहण्याकरितां पाठवीत गेल्यानें इकडील शेतकरी ताबडतोब आपल्या शेतकीची सुधारणा करून सुखी होतील. आमचे नीतिमान सरकारनें जोगतिणी, आराधिणी, मुरळ्या, कोल्हाटिणी व कसबिणींवर बारीक नजर ठेऊन, त्यांच्याकरितां तालुकानीहाय लॉक इस्पितळें ठेऊन, मुरळ्या, कोल्हाटिणी, कसबिणी, तमासगीर, नाटककार, कथाडे वगैरे लोकांनीं कुनीतिपर गाणीं गाऊं नयेत, म्हणून त्यांजवर सक्त देखरेख ठेवून त्यांजला वरचेवर शिक्षा केल्यावाचून अज्ञानी शूद्र शेतकऱ्यांच्या नीतीसह शरीरप्रकृत्यांमध्यें पालट होणें नाहीं. एकंदर सर्व इलाख्यांतील लष्करी व पोलीसखात्यांनीं शूद्रादि अतिशूद्र शेतकऱ्यांचा मोठा भरणा असून ते "इजिप्ट" व "काबुलांतील" हिरवट लोकांबरोबर सामना करितांना गोऱ्या शिपायांच्या पायांवर पाय देऊन मोठ्या शौर्यानें टकरा देऊं लागतात. एकंदर सर्व शूद्रादि अतिशूद्र शेतकरी आपल्या मुलांमाणसांसह रात्रंदिवस ऊर पिकेतों शेतीं कष्ट करून, सरकारास कर, पट्ट्या, फंड वगैरे जकातीद्वारें सालदरसाल कोट्यावधि रुपयांचा भरणा करीत आहेत. तथापि शूद्र शेतकऱ्यांच्या मुलांस शेतकीसंबंधी ग्रंथ अथवा नेटिव्ह वर्तमानपत्रांतील शेतकीसंबंधीं सूचनासुद्धां वाचविण्यापुरतें ज्ञान आमच्या धर्मशील सरकारच्यानें देववत नाहीं. व शेतकऱ्यापैकीं लक्षाधिश कुटुंबास वेळच्या वेळीं पोटभर भाकर व आंगभर वस्त्र मिळण्याची मारामार पडली असून, त्यांच्या सुखसंरक्षणाच्या निमित्यानें मात्र आमचे न्यायाशील सरकार लष्करी, पोलीस, न्याय, जमाबंदी वगैरे खात्यांनीं चाकरीस ठेविलेल्या कामगारांस मोठमोठाले जाडे पगार व पेनशनी देऊन अतोनात द्रव्य उधळतें, याला म्हणावें तरी काय !!! कित्येक आमचे सरकारचे नाकाचे बाल, काळे गोरे सरकारी कामगारांनीं, हजारों रुपये दरमहा पगार खाऊन तीसपस्तीस वर्षे सरकारी हुद्दे चालविले कीं, त्यांस आमचें सरकार दरमहाचे दरमहा शेंकडों रुपये पेनशनें देतें. बहुतेक काळे वगैरे सरकारी कामगार, सरकारी कचेऱ्यांनीं कामें करण्यापुरते अशक्त, आंधळे बनून खंगल्याचीं सोंगें आणून भल्या भल्या युरोपियन डाक्टर लोकांच्या डोळ्यात माती टाकून पेन्शनी उपटून,

गोरे पेन्शनर विलायतेस पोबारा करितात व काळे पेनशनरांपैकीं कित्येक, जसे काय आतांच येशू ख्रिस्त योगी महाराजांनीं मेलेल्यामधून उठविल्यासारखे तरूण पठ्ठे बनून, मिशांवर कलपाची काळी जिल्हई देऊन म्युनिसिपल व व्यापाऱ्यांच्या कचेऱ्यांनीं मोठमोठ्या पगारांच्या चाकऱ्या पतकरून हजारों रुपयांच्या कमाया करून आपल्या तुंबड्या भरीत आहेत. आमचे खबरदार सरकारनें एकंदर सर्व सरकारी खात्यांतील काळे गोरे शिपायांसहित लष्करी डोलीवाले, बांधकामाकडील लोहार, सुतार, बिगारी वगैरे हलके पगारी चाकरांच्या पगारांत काडीमात्र फेरफार न करितां बाकी सर्व मोठमोठ्या काळ्या व गोऱ्या कामगारांचे वाजवीपेक्षां जास्ती केलेले पगार व पेन्शनी देण्याचें हळूहळू कमी करावें. सदरीं लिहिलेल्या गोष्टीचा विचार केल्याविना आमचे सरकारचे राज्याचा पया या देशांत मुस्तकीम होऊन, अक्षरशून्य शेतकऱ्यांच्या कपाळच्या लंगोट्या जाऊन त्यांचे हल्लींचे उपास काढण्याचे दिवस कधींच जाणें नाहींत.

सारांश एकंदर सर्व आसूडाच्या प्रकरणांत शूद्रांपैकीं बडे बडे राजेरजवाडे व लहान-सहान अज्ञानी संस्थानिकांच्या व अतिशूद्रांच्या लाजीरवाण्या स्थितीविषयीं बिलकुल वर्णन केलें नाहीं. याचें कारण, पहिले आपल्या पोकळ वैभवामुळें व दुसरे आपल्या दुर्दैवमुळें शूद्र शेतकऱ्यांपासून ते दुरावले आहेत. याकरिता फक्त येथे मध्यम व कनिष्ठ प्रतीच्या शूद्र शेतकऱ्यांच्या दैनवाण्या स्थितीविषयीं ठोकळ ठोकळ मुद्यांचें ओबडधोबड वर्णन करून येथील गव्हरनरसाहेबांचे रहाते शहरांत व गव्हरनर जनरलसाहेबांचें अमलांत, आमचे समुद्राचे पलीकडील खासे विलायती सरकारास कळविलें आहे. याउपर आमचे सरकारांस ब्राह्मणांच्या मुलांनीं शेवटचे पाणी पाजून मुक्त करावें अशी जर त्यांची इच्छाच असेल, तर त्यांनी शूद्र शेतकऱ्यांची हाडें पिळून गोळा करीत आलेल्या रायलफंडातून सालदरसाल मोठमोठ्या रकमा खर्ची घालून ब्राह्मणांचे मुलांस विद्वान करण्याची वहिवाट कायम ठेवावी. त्याविरुद्ध (A Sepoy Revolt by Henry Mead, pages 69 and 235.) तूर्त माझें कांहीं म्हणणें नाहीं. परंतु त्यांनी फक्त शेतकऱ्यांच्या

मुलांस विद्या देण्याची थाप देऊन वसूल करीत आलेला **एकंदर सर्व लोकल फंड तेवढा तरी निदान** शेतकऱ्यांच्या मुलांस (Pages 301, 308, 313.) मात्र इमानेइतबारें विद्या देण्याचे कामीं खर्ची घालूं लागल्यास मी इतके दिवस श्रम केल्याचें फळ मिळाले, असे समजून मोठा आनंद मानीन. परंतु त्यांनीं तसें जर नाहीं केलें, तर ते देवाजीजवळ जबाबदार होतील.

आतां प्रथम मी लहान असतांना, माझे आसपासचे शेजारी मुसलमान खेळगडी यांच्या संगतीनें मतलबी हिंदुधर्माविषयीं व त्यांतील जातिभेद वगैरे कित्येक खोट्या मतांविषयी माझ्या मनांत खरे विचार येऊं लागले, त्याबद्दल त्यांचे उपकार स्मरतों. नंतर पुण्यांतील स्कॉच मिशनचे व सरकारी इन्स्टीट्यूशनचे–ज्यांच्या योगानें मला थोडेबहुत ज्ञान प्राप्त होऊन मनुष्यमात्राचे अधिकार कोणते हें समजलें व ज्या ज्या युरोपियन धार्मिक गृहस्थांनीं त्यांस द्रव्यद्वारें मदत केली असेल, त्यांचे व तसेच ज्या इंग्रज सरकारच्या स्वतंत्र राज्यपद्धतीमुळें हे विचार मला निर्भयपणें बाहेर काढितां आले, त्या सरकारचे आभार मानून व या सर्वांच्या आपल्या पुत्रपौत्रांसह बढती होण्याविषयीं आपल्या दयाळू सृष्टीचालक शक्तीची प्रार्थना करून, ती या माझ्या अज्ञानी, अभागी शूद्र शेतकऱ्यांचे डोळे उघडून शुद्धीवर येण्याविषयीं त्यांच्या मनांत प्रेरणा करील, अशा उमेदीनें धीर धरून, तूर्त या माझ्या आसुडाचा फटका लागल्यामुळें पाठीमागें वळून कोण कोण पहातो, हें बघत स्वस्थ बसतों.

तारीख १८
बुधवारमाहे जुलईसन ई १८८३
पुणें, पेठ जुनागंज.

जोतीराव गोविंदराव फुले सत्यशोधक समाजाचे सभासद.

परिशिष्टें

हा आसूड लिहितेवेळीं कित्येक गृहस्थांचें व माझें यासंबंधें बोलणें जाहलें त्यापैकीं नमुन्याकरितां पुढें दोन मासले दिले अहेत.

१

खासा मराठा म्हणविणारा

आसुडाचा दुसरा भाग संपून दुसरें काम हातांत घेतों आहें, इतक्यात एक ब्राम्हण चक्रीदार पागोटें घातलेला गृहस्थ माझ्यापुढें लोडाशी टेकून बसल्यानंतर, तेथील प्रत्येक सामानसुमानाकडे न्याहाळून पहात आहे. तों इकडे माझे मनांत आलें कीं, हे गृहस्थ मारवाड्यांतील म्हणावें, तर त्यांच्या पागोट्याखालीं तीन शेंड्या लोंबत नव्हत्या. शिंप्यांतील म्हणावें, तर पागोट्यावर जागोजाग सुया टोंचलेल्या नव्हत्या. सोनारांतील म्हणावें, तर त्यांचे बाहूपुढें उराड निघालें नव्हतें व ब्राह्मणांतील म्हणावें, तर त्यांना दोनचार शब्द बोलतांना ऐकलें नव्हतें यावरून ते कोणत्या वर्गापैकीं असावेत, म्हणून मीं अनुमान करीत आहें, तोंच त्यांनीं आपला मोहरा मजकडे फिरवून, आपणहूनच मला प्रश्न केला कीं,–"तुम्ही मला ओळखलें नाहीं काय?" मी म्हणालों, "नाहीं महाराज, मी तुम्हाला ओळखलें नाहीं. माफ करा." गृहस्थ म्हणाला, "मी मराठी कुळांतील मराठी आहे." मी– "तुम्ही मराठे असाल परंतु तुमची जात कोणती?" गृ.–"माझी जात मराठे." मी– "महाराष्ट्रांत जेवढे म्हणून महारापासून तों ब्राह्मणापर्यंत लोक आहेत, त्या सर्वांसच मराठे म्हणतात. तरी तुम्ही अमुक जातीचे आहांत याचा उलगडा तेवढ्यानें होत नाहीं." गृ.–´"तर मी कुणबी आहे असें समजा." मी–"बरें, तुम्ही काय उद्योग करीत असतां?" गृ–"सातार्यांतील अप्पासाहेब महाराजांस निंबाजवळच्या भागुबाई तारकशणीचा नाद लागण्याचे पूर्वी आमच्या घराण्यानें त्यांजपासून एकदोन लक्ष रुपये सहजांत कमावून आणले होते; ते आम्हीं हा काळपावेतों हरी हरी करून स्वस्थ खात बसलों आहों. तुमचे दयाराम आत्माराम

एकीकडे आणि आम्ही एकीकडे." मी–"बरें तर, आपण आपली पायधूळ इकडे कां झाडिली?" गृ.–"मला कांहीं तुम्हांजवळ मागणे नाहीं, परंतु मी असें ऐकतों कीं, आपली समज अशी झाली आहे कीं, सरकारी खात्यांत ब्राह्मण कामगार असल्यामुळें ते शेतकऱ्यांस फार नाडितात व शेतकरी कामगार झाल्यास ते अशा लबाड्या करणार नाहींत." मी–"होय. माझ्या मतें एकंदर सर्व सरकारी खात्यांत शेतकऱ्यांपैकी त्यांच्या संख्येच्या प्रमाणानें कामगार झाल्यास ते आपल्या जातबांधवांस इतर कामगारांसारखें नाडणार नाहींत." गृ.–"तें कसे?–याविषयीं माझी तर एकदां खात्री करा." मी–"तुम्ही अशी कल्पना करा कीं, उद्यां जर कलेक्टरसाहेबांनीं फौजदारीचे कामावर तुमची नेमणूक केली व तुमचे भाऊबंद व शेजारीपाजारी जातवाल्या शेतकऱ्यांचे आपआपसांत माराकट्टे होऊन ते तंटे तुमचे पुढें आल्यास तुम्ही त्यांचा इनसाफ करतांना त्यांस अरेतुरे म्हणाल कां?" गृ.–"नाहीं." मी–"कां बरें?" गृ.–"ते माझे भाऊबंद किंवा जातवाले असणार व मी ज्यांच्यांत लहानाचा मोठा झालों, त्यांना अरेतुरे म्हणण्याविषयीं माझी जीभ तरी कशी लवेल?" मी–"तुमच्यानें आपल्या जातवाल्यांपैकी एकापासून लांच खाऊन त्याबद्दल दुसऱ्यास गुन्हेगार ठरवून त्यास दंड अथवा ठेपा मारवतील काय?" गृ.–"नाहीं, तसें कधींही मजपासून होणार नाहीं." मी–"कां बरे?" गृ.–"कारण फौजदारीची आहे जागा आज आणि उद्यां नाहीं, त्याचा काय भरोसा? एखाद्या चोंबड्या चाकरानें कलेक्टरचे कान फुंकले कीं फौजदारीची जागा नाहींशी होणार. परंतु माझा ज्यांच्यांशीं रोटीव्यवहार, माझा ज्यांच्यांशीं बेटीव्यवहार, त्यांच्यांशीं वांकडा होऊन माझ्या मुलीमुलांस मुरळ्या वाघे करूं कीं काय? त्यांच्या मुलांबाळांमध्यें माझ्या मुलाबाळांना सारे जन्म काढावयाचे आहेत. त्यांचीं आढीं माझ्या आढ्यांशीं लागलीं आहेत. त्यांच्या माझ्या पोरासोरांची खेळण्याची जागा एक. त्यांचा माझा पानवठा एक. त्यांचा माझा बांधपेंडवला एक. त्यांचीं माझीं गुरें चारण्याचें गायरान एक. आम्ही आपल्या पडत्या काळीं एकमेकांचे विळे, गोल्ह्या, फासा, काळ, दोल्यादोरखंडाचा व औतकाठ्यांचा उपयोग करितों. आम्हीं आपल्या सोईकरितां एकमेकांचे हेले, बैल, वारंगुळ्यानें देतों, घेतों. रात्रींबेरात्रीं

आमच्या एकमेकांच्या कुटुंबांतील स्त्रिया एकमेकींस तेलमीठ, दाणादुणा उसनापासना देतात व घेतात. आम्ही एकमेकांच्या स्त्रियांचे प्रसूतकाळीं त्यांच्या तान्हा बच्यासाठीं न्हाण्या खांदून बाळंतिणीकरितां लगोलग बाजा आणून देतों. आमच्या त्यांच्या रीतिभाती व चालचलणुकी एक. आमचें त्यांचें खाणेंपिणें व पोषक एक. आमचें त्यांचें देवदेवक एक. आमचे त्यांचे कुळस्वामी एक. आम्ही एकमेकांचे घरास लागलेल्या आगी विझवतों. आमची त्यांची मृते-क्रिया एक असल्यामुळें, आम्ही एकमेकांचे मूठमातीस मदत करूं, एकमेकांच्या मुलाबाळांचें शांतवन करण्याकरितां आपआपल्या घरच्या भाकरी व कोरड्यास घेऊन, त्यांचे घरीं जाऊन त्यांस आपले ताटांत बरोबर घेऊन कडु घांस खातों आणि अशा माझ्या जातबांधवांपासून लांच खाल्यामुळे यांच्या माझ्या कुळांत हाडवैर करून घेऊं काय?" मी–"यावरून तुम्हीच नीट विचार करून पहा कीं, ब्राह्मण कामगार अज्ञानी शेतकऱ्यांचे जातीचे नसल्यामुळें ते नानाप्रकारच्या लबाड्या करून निराश्रित अक्षरशून्य शेतकऱ्यांस आपल्या जातीपेक्षां जास्त नाडीत असतील, असें तुमची मनदेवता तुम्हांस सांगत नाहीं काय?" गृ.–"आतां याविषयीं माझ्यानें कांहीं बोलवत नाहीं, परंतु हल्ली शेतकऱ्यांपैकी कांहीं विद्वान निपजले आहेत. ते तर शेतकऱ्यांवरील संकटें निवारण्याविषयीं एखादे ठिकाणीं जमून नुस्ती प्रसिद्धपणें चर्चासुद्धां करीत नाहींत. अहो, हे भेकड घरोघर + + बाईचे नादांत असतां हे ब्राह्मण कामगारांच्या नांवानें कडाकडा बोटें मोडतात. परंतु बाह्यात्कारी ब्राह्मण कामगारांचे चोंबडे चाकर बनून चोहोंकडे लुबरेपणा करीत फिरतात." मी–"अहो, जेथें विद्याखात्याकडील कामगार एज्युकेशन कमिशनापुढें एकजुटीनें साक्षी देतांना शेतकऱ्यांचे शिक्षणाविषयीं फारशी वाटाघाट न करितां कमिशनच्या डोळ्यांत धूळ टाकून, आमचे दयाळू गव्हरनर जनरलसाहेबांस फसवूं पहातात, तेथें या नेभळ्या शूद्र विद्वानांचा काय पाड? त्यांनीं ब्राह्मण कामगारांच्या चुक्या काढणें तर एकीकडेसच परंतु साधारण एजन्टीकडील क्षुल्लक ब्राह्मण कारकुनास एखाद्यानें लवून मुजरा केला नाहीं कीं, वार्षिक दरबारांत त्याला भलत्या एखाद्या कोपऱ्यांत धक्काधक्कीची जागा मिळून, अखेरीस त्याच्या गळ्यांत बाशा

सुकलेल्या हरदासी फुलांच्या माळा पडून, गुलाबदाणींतील जलासहित त्यांच्या मनगटावर कुजक्या तेलाचें माखण मिळून, चुन्याविणा एकदोन पानपट्या हातावर पडतात. कां, मी बोललों तें खरें आहे किंवा कसें ! आतां कां उत्तर देत नाहीं? असो, तुमची मर्जी. यापुढें तरी बारीक चौकशी करून पुन्हां एथें मजबरोबर एकंदर सर्व ब्राह्मण कामगारांविषयीं वादविवाद करण्याकरितां या बरें." गृ.–"आतां मात्र माझी पक्की खात्री झाली कीं, एकंदर सर्व सरकारी खात्यांत भटब्राम्हण कामगारांचा भरणा झाल्यामुळें अज्ञानी शेतकऱ्यांचें व त्याबरोबर या शहाण्या सरकारचें पण अतोनात नुकसान होत आहे. हें या सरकारी खात्याकडील 'डायरेक्टर' साहेबांस कसें कळत नाहीं?" मी–"अहो बाबा,'डयरेक्टर' साहेबांनीं जर इतकी बारीक चौकशी करीत फिरावें, तर त्यांचा ऐषआराम कोनी भोगावा?" गृ.–"काय हो, अशा सुधारल्या इंग्रजी राज्यांत इतका अंधेर तर पेशवाईत अक्षरशून्य शेतकऱ्यांवर काय काय जुलूम झाले असतील, त्याची कल्पनासुद्धां करवत नाहीं आतां येतों, लोभ असों द्यावा." इतके बोलणें आटोपल्यावर सदरहू गृहस्थ निघून गेला.

तारीख २ नोव्हेंबर जो. गो. फु.

सन १८८२ ई. पुणें. स. शो. स. स.

२

कबीरपंथी शूद्र साधू

आसूडचा तिसरा भाग लिहून तयार केल्यानंतर दुसरे दिवशीं तिसऱ्या प्रहरीं अंगावर भगवीं वस्त्रें, गळ्यांत तुळशीची माळ घातलेला मुंबईतील एक शूद्र जातीचा कबीरपंथी वाचाळ, पंढरपुरीं खेट्या घालणारा साधू, माझे घराचे अंगणांत येऊन बाकावर बसला. हें माझे घरचे मनुष्यानें मला घरांत येऊन कळविल्याबरोबर मी बाहेर येऊन त्यांस विचारलें कीं, "कां बुवासाहेब, आपण इकडे कां येणें केलें आणि आपली काय मर्जी आहे? तें सर्व कळल्यास मला फार संतोष होणार आहे." बु.-"तुम्हांसच जोतीराव फुले म्हणतात काय?" मी-"होय, याच देहाला जोतीराव फुले म्हणतात." बु.-"बरें तर आपण हिंदु असून कांहीं इंग्रजी अभ्यास केल्यावरून आतांशे हिंदुधर्माचा धि:कार करूं लागलांत, यास्तव हिंदु धर्माचे मुख्य चार वेद ईश्वरी कृत्यें आहेत किंवा कसें, याविषयीं माझ्या मनाची खात्री करून घ्यावी, या इराद्यानें येथें मी आलों आहे." मी-"हिंदु धर्मांतील चार वेद आपण आपल्या प्रत्यक्ष डोळ्यांनीं कोठें पाहिले आहेत काय?" बु.-"होय, ते चार वेद एक ब्राह्मणाचे घरीं मीं आपल्या प्रत्यक्ष डोळ्यांनीं पाहिले आहेत." मी-"ते ग्रंथ ईश्वरानें स्वत: लिहिले याविषयीं तुम्ही कांहीं खात्रीलायक प्रमाण देऊं शकाल काय?" बु.-"त्याविषयीं ब्राह्मणांच्या गप्पाष्टकांशिवाय दुसरें खात्रीलायक प्रमाण नाहीं." मी-"असो, प्रथम ईश्वराला आकार आहे किंवा कसें?" बु.-"ईश्वराला आकार कोठून असणार? तो निराकार परमात्मा आहे." मी- "तर निराकार परमात्म्यानें चार वेद कसे तयार केले?" बु.-"त्याविषयीं ब्राह्मण लोक तुम्हांस उत्तर देतील. हें त्यांचें त्यांसच विचारा, म्हणजे बरें होईल." मी-"दुसरें असें कीं, ईश्वरानें सर्व मानवी प्राण्यांचा उद्धार करण्यासाठी चार वेद तयार केले आहेत." मी "तिसरें असें कीं, ईश्वरानें कोणत्या भाषेंत चार वेद तयार केले?" बु.-"ईश्वरानें चार वेद संस्कृत भाषेंत तयार केले." मी-"चवथें असें कीं, हल्लीं या

भूगोलावरील चार खंडासह एकंदर सव बेटांतील लोकांस संस्कृत भाषा येते काय?" बु.-"सांप्रत या भूमंडळावरील फारच थोड्या चौकस प्रदेशांतील लोकांस संस्कृत भाषेंतील अर्थ समजतो." मी-"यावरून एकंदर सर्व मानवी प्राण्यांच्या उद्धाराकरितां ईश्वरानें चार वेद तयार केले, असें सिद्ध होत नाही. कारण या भूमंडळावर शेकडों तऱ्हेच्या भाषा बोलणारे लोक आहेत. त्यांतून बहुतेक देशांतील लोकांस संस्कृत भाषा तर मुळींच येत नाहीं. त्यांनीं चार वेदांपासून आपला उद्धार करून घ्यावा याविषयीं तुमचें काय म्हणणें आहे?" बु.-"ज्या वेळीं ईश्वरानें चार वेद तयार केले, त्या वेळीं एकंदर सर्व खंडांसह बेटांतील लोक संस्कृत भाषा बोलत असतील, यावरून ईश्वरानें चार वेद संस्कृत भाषेंत तयार केले असावेत. परंतु पुढें कांहीं काळानें अशा नानाप्रकारच्या भिन्नभिन्न भाषा पुढें निर्माण झाल्या असाव्यात, असें अनुमान होतें." मी-"अशा (निरनिराळ्या) भाषा पुढें निर्माण होतील, हें ईश्वरास वेद तयार करतेवेळीं पूर्वी कळलें नाहीं? यावरून त्याचे त्रिकाळ ज्ञानास व सर्वसाक्षीपणास बाध येतो कीं नाही? शिवाय **"जरमन, स्काच, इंग्लीश"** वगैरे लोकांतील **"म्याक्सम्युलर"** सारख्या विदवानास चार वेदांचें चांगलें परिज्ञान झालें असून त्यांनीं आपल्या ख्रिस्ती धर्माचा धिःकार (पंडिता रमाबाईनें आर्यधर्माच्या नाकाला चुना लावल्यामुळें धुर्तांतील एक अनामीक भागूबाई विद्ववान तोंडांत बोट घालून "××बाग××वीं" म्हणून आपला गुजारा करीत आहे.) करून वेदधर्माचा स्वीकार कां केला नाहीं, याचें मोठें आश्चर्य वाटतें." बु.-"म्याक्सम्युलरसाहेबास कदाचित ब्राह्मणासारखा गळ्यांत पांढरा दोर घालून युरोपातील थंड देशांत त्रिकाळ स्नानसंध्या करीत बसण्याचें भय वाटल्यामुळें त्यांनीं तसें केले असेल, असें वाटतें. यास्तव त्यांतील खरें व्यंगित त्यांचे मनाला ठावें. मी त्याविषयी काय सांगू?" मी-"जर ईश्वरानें सर्व मानवी प्राण्यांचा उद्धार करण्यासाठीं चार वेद तयार केले होते, तर भटब्राह्मणांनीं हिंदुपैकी शूद्रादि अतिशूद्रांस चार वेदांचें अध्ययन करण्याची मनाई केली नसती. यावरून त्यांनीं ईश्वराचे आज्ञेचा भंग केल्यामुळें वेदकर्ता उगीच कसा एकीकडे लपून बसला व त्यांपासून शूद्रादि अतिशूद्र लोकांचें थोडें कां नुकसान होत आहे?

यास्तव त्यांनीं वेदकर्त्या ईश्वरासहित चार वेदांवर भरोसा ठेवून आपल्यास हिंदु तरी कशाकरितां म्हनवून घ्यावें?" बु.-"शूद्रादि अतिशूद्र लोकांस चार वेद अध्ययन करण्याविषयीं भटब्राह्मणांनीं कधींच मनाई केली नाहीं कित्येक भटब्राह्मण लोक पोटासाठी **पाद्रीसाहेबांच्या** घरोघर जाऊन त्यांस वेद शिकवितात आणि ते तुमचे शूद्रादि अतिशूद्र लोक दरिद्री असल्यामुळें त्यांना वेद अध्ययन करण्याची ऐपत मुळींच नाहीं. त्यास ब्राह्मणांनीं करावें तरी काय? असें बहुतेक ब्राह्मणांचे म्हणणे आहे." मी-"यावरून असें दिसतें कीं, ब्राह्मणांचें कपट आपल्यास कांहींच माहीत नाहीं. बरें असो, तसे कां होईना, धर्माच्या नांवावर निर्वाह करणारे पाद्री लोक वेद शिकण्याकरितां पैसे खर्च करण्यापुरते श्रीमंत आहेत काय? आणि शूद्रांपैकीं **भोंसले, शिंदे, होळकर, गायकवाड** वगैरे राजेरजवाडे हे वेद शिकण्यापुरते भटब्राह्मणांस पैसे देण्याकरितां दरिद्री आहेत काय? त्यांतून एकासही आपल्या मुलास चार वेद अध्ययन करण्यापुरते सामर्थ्य नाहीं? ते सर्वच का युरोपियन पाद्रीसाहेबांपेक्षां कंगाल आहेत, असें तुम्हांस वाटतें काय? बुवासाहेब! अहो, या सर्व शूद्र राजेरजवाड्यांच्या दरबारांत वैदिक, शास्त्री, जोशी व कथाडे निरंतरच्या उपदेशावरून त्या अज्ञान्यांची त्यांवर इतकी भक्ति जडते कीं, कोणी राजा रामदासाचे घराण्यास जहागीर करून देतो. कोणी एकंदर हिंदुस्थानांतील क्षेत्रवासी भटब्राह्मणांस सतत एक महिनाभर बुंदीची भोजनें देतो. कोणी पुण्यांतील ब्राह्मणांस सोन्याच्या पुतळ्या वाटतो. यावरून सर्वच शूद्र दरिद्री आहेत, असें सिद्ध होत नाहीं. त्यांतून एकातरी भटब्राह्मणानें आपली भीड खर्ची घालून सदरच्या राजेरजवाड्यांतून एका यजमानापासून तरी, त्याच्या राज्यांतील शूद्र शेतकरी बांधवांचे मुलांकरितां गावोगांव शाळा घालवून त्यामध्यें एकदोन विद्वान करावयाचे होते! अहो, यांच्यापेक्षा परदेशस्थ असून अन्यधर्मी भिक्षुक पाद्री हजार वाटेंनें बरे म्हटले पाहिजेत का नाहीं? कारण शूद्रादि अतिशूद्र लोक आज हजारों वर्षांपासून ह्या ब्राह्मण लोकांच्या पाशांत राहून दिवस काढीत आहेत त्यांना त्यांतून मुक्त करण्यास्तव त्यांनीं आपल्या मुलखांत ख्रिस्ती लोकांपाशीं भिक्षा मागून त्या पैशांनें येथें शिंदे, होळकर, गायकवाड वगैरे शूद्र **राजेरजवाड्यांचे**

जातबांधवांस सरकारी शाळेंतील ब्राह्मण विद्यार्थ्यांचे तोलाचे विद्वान केल्यामुळें, ते ब्राह्मन कामगारांचें बरोबर मोठ्या शेखीनें वकिलीचीं व सरकारी हुद्यांचीं कामें करीत आहेत. ह्यावरून त्यांना आतां मूळची आपली स्थिती कशी होती आणि हल्लीं आपली स्थिती कशी होत चालली आहे, हें कळत नसेल काय? परंतु शूद्र लोक किती हतभाग्य व किती असमंजस समजले पाहिजेत कीं, त्यांना या कामीं एवढें मोठे इंग्रज सरकारचें सहाय्य मिळूनही, ह्या पाशांतून मुक्त होण्याची इच्छा न होतां, हल्लीं मिळालेलें पोकळ वैभव कदांचित हातचें जाईल, या भीतिस्तव ब्राह्मण कामगारांचे पुढें हांजी हांजी करून एवढ्यांतच कृतार्थ मानून आपआपल्या डौलांत गुंग झाले आहेत." बु.-"असें जर आहे, तर आपण आपल्या शूद्र राजेरजवाड्यांकडे जाऊन त्यांनीं आपल्या शूद्र बांधवांचे मुलांकरितां गांवोगांव शाळा घालून त्यांस विद्या द्यावी, म्हणून त्यांची प्रार्थना कां करीत नाहीं?" मी-"अहो महाराज, त्यांच्या दरबारांत ब्राह्मण कारभाऱ्यांचें इतकें प्राबल्य वाढलें असतें कीं, तेथें माझी गरिबाची दाद ते कशी लागूं देतील?" बु.-"असें कसें म्हणता? अहो, जेथें तुमच्या पुण्यांतील नाच्या पोरांच्या मागें तुणतुण्यावर झील धरून गाणें गाणाऱ्या कुशा घोंगड्यानें बडोद्याहून हजारों रुपये कमावून आणिले आणि तशा ठिकाणीं फक्त त्यांस त्यांच्या जातबांधवांच्या बऱ्याच्या दोन गोष्टी सांगण्यापुरती त्याजपाशीं तुमची दाद लागणार नाहीं, म्हणून म्हणतां हें कसे?" मी-"राजेसाहेब तमासगिरांचे छंदास लागावेत हा कारभाऱ्यांचा मूळ हेतु असतो. त्याप्रमाणें ते त्यांचे नादीं लागले म्हणजे यांस त्यांच्या राज्यकारभारांत हात घालून आपला फायदा करून घेतां येतो. त्याचप्रमाणें परभारें राजेसाहेबांकडून "युरोपियन" कमगारांस मोठमोठाल्या मेजवान्या देववितात व आमच्यासारख्यांच्या सल्ल्यावरून कारभारी लोकांचें नुकसान आहे, कारण, राजेसाहेबांनीं शूद्र शेतकऱ्यांचे मुलांस विद्वान केल्यामुळें ते पुढें मोठमोठ्या हुद्यांची कामें करूं लागल्यास कारभाऱ्यांच्या ब्राह्मण जातबांधवांचे मुलांस नांगर हांकून कपाळीं शेतीचा धंदा व चिखलमातीचीं कामें करण्याचें येईल का नाहीं बरें?" बु.-"असा डावपेंच ब्राह्मण लोकांत नसेल असें मला आजपर्यंत वाटत होतें. परंतु आज

माझी खात्री झाली, यावरूनच बावा ! हे धूर्त ब्राह्मण कारभारी शूद्र राजेरजवाड्यांचीं मुलें वयांत आल्याबरोबर त्यांस राज्यकारभार चालविण्याचें ज्ञान नाहीं, म्हणून तूर्त राज्यकारभार देऊं नये, असें इंग्लिश सरकारास लिहिण्यास कमी करीत नाहींत, कारण तसें केल्यापासून आपली सरकारास हुषारी आणि राजपुत्रांची गाफली समजून आपण तेथील कारभारी होतांच, दिवसा तेथील राजपुत्रांच्या गळ्याला माकडाप्रमाणे दोरी लावून, साहेब लोकांचे बंगलोबंगलीं त्यांची धिंड मिरवून, रात्रीं त्यांना नाचतमाशांचे नादीं लावून आपण त्यांच्या दौलतीची वाताहत करीत नसतील कशावरून?" मी-"जो काळपावेतों आमचे शूद्र राजेरजवाडे शुद्धीवर येऊन आपआपल्या मुलाबाळांसह आपल्या पदरच्या शूद्र मानकऱ्यांस विद्वान करणार नाहींत, तों काळपावेतों ब्राह्मण कारभारीं असें करण्याचें सोडणार नाहींत. यास्तव तशा गोष्टींचा येथें उच्चार करून कांहीं फायदा होणें नाहीं. शूद्र आपल्या कर्माप्रमाणें फळें भोगीत आहेत व त्याचप्रमाणें ब्राह्मण कारभारी आपआपल्या केलेल्या कर्माचीं कधीं तरी फळें भोगतील." बु.- "बरें तर, आतां मी येतों." मी-"आपली मर्जी, या राम राम."

पुणें तारीख ६ एप्रिल **जो. गो. फु**.सन १८८३ ईसवी. स. शो. स. स.

—समाप्त—

Made in the USA
Monee, IL
22 August 2025

23974476R00075